ਔਰਤ ਮਨਫ਼ੀ ਮਰਦ

(ਨਾਵਲ)

ਲੇਖਿਕਾ ਦੀਆਂ ਹੋਰ ਪੁਸਤਕਾਂ

- ਅੰਜੀਰ ਦਾ ਰੁੱਖ (ਕਹਾਣੀ-ਸੰਗ੍ਰਹਿ)
- ਛਲੇਡਾ (ਕਹਾਣੀ-ਸੰਗ੍ਰਹਿ)

KD

P-49

___

ਔਰਤ ਮਨਫ਼ੀ ਮਰਦ

ਰਸ਼ਪਿੰਦਰ ਰਸ਼ਿਮ

VZ07300492

Fiction/ Punjabi Novel

Aurat Manfi Mard *(Novel)*
by
Rashpinder Rashim

2007
Published by Lokgeet Parkashan
S.C.O. 26-27, Sector 34 A, Chandigarh-160022
India
Ph.: 0172-5077427, 5077428
Punjabi Bhawan Ludhiana, 98154-71219
visit us at : www.unistarbooks.com
email:info@unistarbooks.com
email:sales@unistarbooks.com
email:editorial@unistarbooks.com
Type Setting & Design PCIS
Printed & bound at Jai Offset Printers, Chandigarh
Ph:0172-2640382

© *2007*

Produced and Bound in India

ਇਤਿਹਾਸ ਦੀ ਉਸ ਕਰਵਟ ਦੇ ਨਾਂ ਜਿਸ ਨੇ ਔਰਤ ਦੇ
ਪੈਰਾਂ ਵਿਚੋਂ ਲੋਹੇ ਦੀ ਭੀੜੀ ਜੁੱਤੀ ਲੁਹਾ ਦਿੱਤੀ.......

-ਇਕ-

ਉਹ ਬੱਚਾ ਖੇਤਾਂ ਵਿਚੋਂ ਲੰਘ ਰਹੀ ਪਗਡੰਡੀ ਉਤੇ ਖੜ੍ਹਾ ਹੈ। ਪੱਕ ਰਹੀ ਫ਼ਸਲ ਦੀ ਮਹਿਕ ਉਸਦੇ ਚਾਰ ਚੁਫ਼ੇਰੇ ਪਸਰੀ ਹੋਈ ਹੈ। ਇਥੇ ਉਹ ਬੜੀ ਦੇਰ ਤੋਂ ਖੜ੍ਹਾ ਹੈ, ਕੁਝ ਹੈਰਾਨ, ਬੇਚੈਨ, ਪਰ ਕਿਸੇ ਅਨਜਾਣੀ ਖ਼ੁਸ਼ੀ ਨਾਲ ਖ਼ੁਸ਼। ਰਾਤ ਉਹਨੂੰ ਪਹਿਲਾਂ ਹਰਾ ਸੁਪਨਾ ਆਇਆ ਸੀ। ਉਹਦੇ ਗੁਲਾਬੀ ਸੁਪਨਿਆਂ ਵਿਚ ਪਹਿਲਾ ਹਰਾ ਸੁਪਨਾ.... ਉਸ ਸੁਪਨੇ ਬਾਰੇ ਸੋਚਦਿਆਂ ਇਥੇ ਸਭ ਕੁਝ ਉਹਨੂੰ ਨਵਾਂ ਨਵਾਂ ਜਾਪ ਰਿਹਾ ਹੈ। ਪਹਿਲੋਂ ਵੀ ਕਈ ਵਾਰੀ ਇਹਨਾਂ ਖੇਤਾਂ ਦੀ ਪਗਡੰਡੀ 'ਤੇ ਤੁਰਦਿਆਂ ਦੋਧੀਆਂ ਮੁੰਜਰਾਂ ਦੀ ਖ਼ੁਸ਼ਬੋਅ ਨੇ ਉਹਦੇ ਅਹਿਸਾਸ ਨੂੰ ਜਲੂਣਿਆ ਸੀ। ਆਡ ਵਿਚ ਵਗ ਰਹੇ ਪਾਣੀ ਦੀ ਠੰਡਕ ਨੇ ਪਹਿਲੋਂ ਵੀ ਉਹਦੀਆਂ ਹਥੇਲੀਆਂ ਨੂੰ ਸਹਿਲਾਇਆ ਸੀ। ਰੁੱਖਾਂ ਹੇਠਾਂ ਵਗਦੀ ਹਵਾ, ਖ਼ੁਦਰੌ ਫੁੱਲਾਂ ਦੀ ਰੰਗਤ, ਨਜ਼ਰੋਂ ਉਹਲੇ ਬੈਠੇ ਪੰਛੀਆਂ ਦੀ ਚਹਿਕ ਨੇ ਪਹਿਲੋਂ ਵੇਖੇ ਆਪਣਿਆਂ ਦੀ ਹੋਂਦ ਦਾ ਭੁਲੇਖਾ ਪਾਇਆ ਸੀ, ਪਰ ਅੱਜ ਇਹ ਸਭ ਕੁਝ ਉਹਨੂੰ ਪਹਿਲੀ ਵਾਰੀ ਵਾਪਰ ਰਿਹਾ ਜਾਪ ਰਿਹਾ ਹੈ। ਇੰਝ ਜਾਪ ਰਿਹਾ ਹੈ, ਜਿਵੇਂ ਇਹ ਖ਼ੂਬਸੂਰਤ ਆਲ-ਦੁਆਲਾ ਜਾਂ ਤੇ ਪਹਿਲੋਂ ਇਥੇ ਹੈ ਹੀ ਨਹੀਂ ਸੀ ਤੇ ਜਾਂ ਉਹਨੇ ਹੀ ਇਹ ਸਭ ਕੁਝ ਵਾਸਤੇ ਪਹਿਲੀ ਵਾਰੀ ਅੱਖਾਂ ਖੋਹਲੀਆਂ ਹਨ।

ਤਦੇ ਦੂਰੋਂ ਉਹਦੀ ਹਵੇਲੀ ਵਿਚੋਂ ਧੂੰਆਂ ਨਿਕਲਣ ਲੱਗਾ ਹੈ। ਇਹਦਾ ਮਤਲਬ ਹੈ ਕਿ ਹੁਣ ਤਕ ਸਾਰੇ ਜਾਗ ਪਏ ਹਨ, ਦਾਦੀ ਜੀ ਨੇ ਮੱਝਾਂ ਦੇ ਕੋਲ ਮੱਖ ਉਡਾਉਣ ਵਾਸਤੇ ਧੂਣੀ ਧੁਖ਼ਾ ਦਿੱਤੀ ਹੈ ਤੇ ਚਾਚੀ ਜੀ ਮੱਝਾਂ ਚੋਣ ਵਾਸਤੇ ਬਾਲਟੀ ਧੋਣ ਲੱਗ ਪਏ ਹਨ। ਉਧਰੋਂ ਦਾਦੀ ਜੀ ਸਭ ਵਾਸਤੇ ਚਾਹ ਦਾ ਪਤੀਲਾ ਰੱਖ ਦੇਣਗੇ। ਹੁਣ ਘਰ ਚੱਲਣਾ ਚਾਹੀਦਾ ਹੈ।

ਚਾਹ ਪੀਂਦਿਆਂ ਹੀ ਉਹਦਾ ਜੀ ਕੀਤਾ ਕਿ ਸਭ ਤੋਂ ਉਪਰਲੇ ਕੋਠੇ ਉੱਤੇ ਚੜ੍ਹ ਜਾਏ। ਸਭ ਤੋਂ ਉਪਰਲੇ ਕੋਠੇ ਉੱਤੇ ਜਾ ਕੇ, ਚਾਰ ਚੁਫ਼ੇਰੇ ਵੇਖਿਆ ਤਾਂ ਦੂਰ ਰੁੱਖਾਂ ਦੇ ਹਵਾ ਨਾਲ ਹਿੱਲਦੇ ਪੱਤੇ ਉਹਨੂੰ ਬੇਚੈਨੀ ਵਿਚ ਧੜਕਦੇ ਜਾਪੇ। ਵੱਡੇ ਛੱਪੜ ਦੇ ਪਾਣੀ ਵਿਚ ਚੱਲਦੀ ਹਵਾ ਨਾਲ ਪੈਂਦੀਆਂ ਲਹਿਰੀਆਂ

ਇਉਂ ਜਾਪੀਆਂ ਜਿਵੇਂ ਪਾਣੀ ਬੇਚੈਨੀ ਨਾਲ ਕੱਠਾ ਹੋ ਹੋ ਕੇ ਸੁੰਘੜ ਸੁੰਘੜ ਕੇ ਫੈਲ ਰਿਹਾ ਹੋਏ। ਇਹ ਸਭ ਕੀ ਹੈ! ਉਹਦਾ ਮਨ ਕੀ ਚਾਹੁੰਦਾ ਹੈ! ਸ਼ਾਇਦ ਕੋਈ ਐਸੀ ਅਣਜਾਣੀ ਚੀਜ਼ ਜਿਹੜੀ ਪਹਿਲੋਂ ਉਹਨੇ ਕਦੀ ਨਾ ਵੇਖੀ ਹੋਵੇ, ਜਿਹਦਾ ਕਦੀ ਨਾਂ ਵੀ ਨਾ ਸੁਣਿਆ ਹੋਵੇ।

ਕੋਠੇ ਵੀ ਮਨ ਨਹੀਂ ਸੀ ਲੱਗ ਰਿਹਾ, ਹੇਠਲੇ ਕੋਠੇ ਉਤੇ ਜਾਇਆ ਜਾਏ? ਇਸ ਮੰਜਿਲ ਦੇ ਚੁਬਾਰੇ ਅਕਸਰ ਬੰਦ ਹੀ ਰਹਿੰਦੇ ਹਨ—ਬੰਦ ਦਰਵਾਜ਼ੇ, ਬੰਦ ਖਿੜਕੀਆਂ। ਇਥੇ ਕੋਈ ਘੱਟ-ਵੱਧ ਹੀ ਆਉਂਦਾ ਹੈ। ਉਖੜੇ ਪਾਲਿਸ਼ ਵਾਲੇ ਥਮਲੇ ਨਾਲ ਲੱਗ ਕੇ ਖਲੋਂਦਿਆਂ ਉਹਨੇ ਖ਼ਾਲੀਪਨ ਵਿਚ ਘੂਰ ਕੇ ਵੇਖਦਿਆਂ ਕੋਈ ਮਨ-ਚਾਹਿਆ ਆਕਾਰ ਉਭਾਰਨ ਦੀ ਕੋਸ਼ਿਸ਼ ਕੀਤੀ ਹੈ, ਪਰ ਕੁਝ ਵੀ ਠੀਕ ਤਰ੍ਹਾਂ ਉਹਦੀਆਂ ਅੱਖਾਂ ਅੱਗੇ ਨਹੀਂ ਉਭਰਿਆ। ਉਸ ਤੋਂ ਹੇਠਲੀ ਮੰਜ਼ਿਲ ਉਤੇ ਚਾਚਾ ਜੀ ਦਾ ਪਰਿਵਾਰ ਰਹਿੰਦਾ ਹੈ। ਬਾਰੀਆਂ ਵਾਲੇ ਕਮਰੇ ਦੀ ਨੁੱਕਰੇ ਕੁਝ ਪੁਰਾਣੇ ਵਿਦੇਸ਼ੀ ਰਸਾਲੇ ਪਏ ਹਨ। ਚਾਚੀ ਜੀ ਨੇ ਰੱਦੀ ਵਿਚ ਦੇਣ ਲਈ ਕੱਢੇ ਹਨ। ਕਿਉਂ ਨਾ ਇਹਨਾਂ ਨੂੰ ਹੀ ਫਰੋਲਿਆ ਜਾਏ। ਵੇਖਦਿਆਂ ਵੇਖਦਿਆਂ ਉਹਦੀ ਨਜ਼ਰ ਇਕ ਤਸਵੀਰ 'ਤੇ ਟਿਕ ਗਈ ਹੈ। ਤਸਵੀਰ ਰੰਗੀਨ ਹੈ। ਇਕ ਬੜਾ ਖ਼ੂਬਸੂਰਤ ਤੇ ਜਵਾਨ ਬੰਦਾ ਜੰਗਲ ਵਿਚ ਖੜ੍ਹਾ ਕੁਹਾੜੇ ਨਾਲ, ਇਕ ਦਰਖ਼ਤ ਕੱਟ ਰਿਹਾ ਹੈ। ਬਾਂਹਾਵਾਂ ਸਿਰ ਤੋਂ ਉਤਾਂਹ ਚੁੱਕੀਆਂ ਹੋਈਆਂ, ਵਾਰ ਕਰਨ ਦੀ ਮੁਦਰਾ ਵਿਚ। ਚੱਲਦੀ ਹਵਾ ਨਾਲ ਗੂੜ੍ਹੀ ਲਾਲ ਕਮੀਜ਼ ਫੁੱਲੀ ਹੋਈ ਹੋਣ ਕਰਕੇ ਉਹਦੀ ਚੌੜੀ ਛਾਤੀ ਹੋਰ ਵੀ ਚੌੜੀ ਜਾਪ ਰਹੀ ਹੈ। ਕਮੀਜ਼ ਦੀਆਂ ਬਾਹਵਾਂ ਅਰਕਾਂ ਤੱਕ ਟੰਗੀਆਂ ਹੋਈਆਂ, ਗੂੜ੍ਹੀ ਨੀਲੀ ਪੈਂਟ ਗਿੱਟਿਆਂ ਤੋਂ ਉਤੇ ਵੱਲ ਮੋੜੀ ਹੋਈ, ਵਾਲ ਹਵਾ ਵਿਚ ਪਛਾਂਹ ਵੱਲ ਨੂੰ ਉੱਡ ਰਹੇ, ਮੱਥੇ ਉਤੇ ਹਰਕਤ ਵਿਚ ਹੋਣ ਦੀ ਹਲਕੀ ਜਿਹੀ ਤਿਊੜੀ...। ਅਗਲੇ ਸੱਤ ਅੱਠ ਵਰਕੇ ਫਰੋਲ ਕੇ ਉਹਨੇ ਫਿਰ ਉਸ ਤਸਵੀਰ ਨੂੰ ਵੇਖਿਆ ਹੈ। ਉਹ ਸਾਰਾ ਰਸਾਲਾ ਫਰੋਲ ਚੁੱਕਣ ਤੋਂ ਬਾਅਦ ਉਹਨੇ ਵੱਖ ਰੱਖ ਲਿਆ ਹੈ। ਦੂਸਰੇ ਰਸਾਲੇ ਫਰੋਲਦਿਆਂ ਉਹਦੀ ਨਜ਼ਰ ਕਿਤੇ ਵੀ ਟਿਕੀ ਨਹੀਂ। ਵਿਚੋਂ ਵਿਚੋਂ ਦੋ ਤਿੰਨ ਵਾਰੀ ਉਹਨੇ ਉਹੀ ਰਸਾਲਾ ਖੋਹਲ ਕੇ ਉਸ ਤਸਵੀਰ ਨੂੰ ਵੇਖਿਆ ਹੈ। ਫਿਰ ਉਸਨੇ ਇਧਰ ਉਧਰ ਵੇਖਿਆ ਹੈ ਕਿ ਕੋਈ ਵੇਖ ਤਾਂ ਨਹੀਂ ਰਿਹਾ ਤੇ ਬਲੇਡ ਨਾਲ ਉਹ ਤਸਵੀਰ ਰਸਾਲੇ ਵਿਚੋਂ ਕੱਟ ਲਈ ਹੈ ਤੇ ਚੁਪਕੇ ਚੁਪਕੇ ਹੇਠਾਂ ਜਾ ਕੇ ਆਪਣੀ ਅਲਮਾਰੀ ਵਿਚ ਲੁਕਾ ਦਿੱਤੀ ਹੈ। ਪਹਿਲੋਂ ਉਹਨੇ ਅਖ਼ਬਾਰਾਂ

ਰਸਾਲਿਆਂ ਵਿਚੋਂ ਮਨਚਾਹੀਆਂ ਤਸਵਾਰਾਂ ਕੱਟ ਕੇ ਇਕ ਐਲਬਮ ਬਣਾਈ ਹੋਈ ਸੀ। ਪਰ ਇਹ ਤਸਵੀਰ ਚੋਰੀ ਕੱਟਣ ਦੀ ਤੇ ਲੁਕਾ ਦੇਣ ਦੀ ਲੋੜ ਕਿਉਂ ਪਈ, ਸੋਚ ਕੇ ਉਹਨੂੰ ਆਪਣੀ ਇਸ ਹਰਕਤ ਉਤੇ ਆਪ ਹੀ ਹੈਰਾਨੀ ਹੋਈ ਹੈ।

ਦੋ ਚਾਰ ਦਿਨਾਂ ਬਾਅਦ ਉਹਦੀ ਬੇਚੈਨੀ ਘਟਦੀ ਗਈ। ਨਵੇਂ ਕਲਪਿਤ ਸਾਥੀ ਤਰਾਸ਼ਣ ਦੀ ਲੋੜ ਗ਼ਾਇਬ ਹੋ ਗਈ ਤੇ ਪੁਰਾਣੇ ਸਾਥੀਆਂ ਨਾਲ ਫੇਰ ਸਮਝੌਤਾ ਹੋ ਗਿਆ। ਉਸ ਖ਼ੂਬਸੂਰਤ ਬੰਦੇ ਦੀ ਤਸਵੀਰ ਦਿਨ ਵਿਚ ਕਈ ਕਈ ਵਾਰ ਲੁਕ ਕੇ ਵੇਖਣ ਦੀ ਤਲਬ ਘਟਦੀ ਲਗਪਗ ਖ਼ਤਮ ਹੋ ਗਈ ਤੇ ਕੁਝ ਚਿਰਾਂ ਪਿੱਛੋਂ ਉਹਨੂੰ ਚੇਤਾ ਹੀ ਭੁੱਲ ਗਿਆ ਕਿ ਉਥੇ ਉਸਨੇ ਕੋਈ ਤਸਵੀਰ ਲੁਕਾਈ ਹੋਈ ਹੈ। ਉਹਨੂੰ ਜਾਪਿਆ ਕਿ ਉਹਦੇ ਹਰੇ ਸੁਪਨੇ ਦਾ ਰੰਗ ਫਿਰ ਤੋਂ ਗੁਲਾਬੀ ਹੋ ਰਿਹਾ ਹੋਏ।

••••

ਇਕ ਦਿਨ ਉਹਨੇ ਗੁਲਾਬਾਸੀ ਦੇ ਬਹੁਤ ਸਾਰੇ ਫੁੱਲ ਤੋੜੇ, ਏਨੇ ਕਿ ਪਹਿਲਾਂ ਕਦੀ ਨਹੀਂ ਸਨ ਤੋੜੇ। ਸਮਝ ਨਹੀਂ ਆਉਂਦੀ ਏਨੇ ਪੰਡ ਕੁ ਫੁੱਲਾਂ ਦਾ ਕੀ ਬਣਾਇਆ ਜਾਏ। ਚੇਤੀ ਨੇ ਸਲਾਹ ਦਿੱਤੀ, ਇਹਨਾਂ ਫੁੱਲਾਂ ਦੇ ਹਾਰ, ਗਜਰੇ ਤੇ ਕੰਨਾਂ ਵਾਸਤੇ ਵਾਲੇ ਬਣਾ ਲਏ ਜਾਣ—ਹਟ, ਚੇਤੀ ਤਾਂ ਗਹਿਣਿਆਂ ਤੋਂ ਬਿਨਾਂ ਹੋਰ ਕੋਈ ਗੱਲ ਸੋਚ ਹੀ ਨਹੀਂ ਸਕਦੀ। ਬਸ ਇਹੋ ਜਿਹੀਆਂ ਕਰਕੇ ਹੀ ਉਹਨੂੰ ਗਹਿਣਿਆਂ ਨਾਲ ਨਫ਼ਰਤ ਹੈ ਸ਼ਾਇਦ ਤੇ ਚੇਤੀ ਨਾਲ ਵੀ। ਉਹਨੇ ਚੇਤੀ ਦੀ ਗਲ ਨਾ ਮੰਨੀ ਤੇ ਚੇਤੀ ਕੋਠੇ ਉੱਤੇ ਚਲੀ ਗਈ। ਤਦੇ ਈ ਬੇਲੀ ਆ ਗਿਆ। ਬੜੀ ਸੋਚ ਵਿਚਾਰ ਪਿੱਛੋਂ ਦੋਹਾਂ ਨੇ ਫ਼ੈਸਲਾ ਕੀਤਾ ਕਿ ਇਨ੍ਹਾਂ ਫੁੱਲਾਂ ਨਾਲ ਇਕ ਬਹੁਤ ਵੱਡਾ ਘਰ ਬਣਾਇਆ ਜਾਏ, ਸੱਤ ਮੰਜ਼ਿਲਾਂ—ਜਿਹਦੀ ਹਰ ਮੰਜ਼ਿਲ ਵੱਖੋ ਵੱਖਰੀਆਂ ਅਨੋਖੀਆਂ ਚੀਜ਼ਾਂ ਨਾਲ ਭਰੀ ਹੋਵੇ। ਬਰਾਂਡੇ ਦੇ ਚਾਰਾਂ ਥਮਲਿਆਂ ਨਾਲ ਧਾਗੇ ਬੰਨ੍ਹ ਕੇ ਉਨ੍ਹਾਂ ਨੇ ਫੁੱਲ ਲਟਕਾ ਦਿੱਤੇ। ਸੱਤ ਮੰਜ਼ਿਲਾ ਘਰ ਬਣ ਗਿਆ। ਥਮਲੇ ਨਾਲ ਪੈਰ ਅੜਾ ਕੇ ਚੜ੍ਹਦਿਆਂ ਇਕ ਵਾਰੀ ਬੇਲੀ ਡਿੱਗਣ ਵੀ ਲੱਗਾ ਸੀ, ਪਰ ਸੰਭਲ ਗਿਆ। ਫਿਰ ਉਹ ਆਪੋ ਆਪਣੀ ਪਸੰਦ ਦੱਸਦਿਆਂ ਫ਼ੈਸਲਾ ਕਰਨ ਲੱਗੇ ਕਿ ਹਰ ਮੰਜਿਲ ਉਤੇ ਕਿਹੜੀ ਚੀਜ਼ ਹੋਣੀ ਚਾਹੀਦੀ ਹੈ। ਉਨ੍ਹਾਂ ਨੂੰ ਪਤਾ ਈ ਨਾ ਲੱਗਾ, ਉਨ੍ਹਾਂ ਦੀਆਂ ਆਵਾਜ਼ਾਂ ਤੇ ਹਾਸਾ ਕਦੋਂ ਉੱਚੀਓਂ ਉੱਚਾ ਹੁੰਦਾ ਗਿਆ। ਇਹ ਸਭ ਕੁਝ ਚੇਤੀ ਸੋਚ ਸਕਦੀ ਸੀ ਭਲਾ

। ਤਦੇ ਤਾਂ ਚੇਤੀ ਹੁਰਾਂ ਨਾਲ ਖੇਡ ਕੇ ਮਜ਼ਾ ਨਹੀਂ ਆਉਂਦਾ।

ਉਨ੍ਹਾਂ ਦੇ ਉੱਚੀ ਉੱਚੀ ਹੱਸਣ ਤੋਂ ਪਛਾਣ ਲਿਆ ਸੀ ਕਿ ਸ਼ਾਇਦ, ਤਦੇ ਦਾਦੀ ਜੀ ਨੇ ਬਨੇਰੇ ਤੋਂ ਹੇਠਾਂ ਝਾਕਦਿਆਂ ਆਵਾਜ਼ ਦਿੱਤੀ, 'ਬੇਲੀ ਆਇਆ ਹੋਇਆ ਏ? ਵੇ ਬੇਲੀ ਜ਼ਰਾ ਮਸ਼ੀਨ ਵਾਲੇ ਵੱਲ ਤਾਂ ਜਾਈਂ। ਸਵੇਰ ਦਾ ਆਟਾ ਭੇਜਿਆ ਹੋਇਆ ਏ ਪੀਹਣ ਵਾਸਤੇ, ਅਜੇ ਤਕ ਨਹੀਂ ਆਇਆ, ਪਤਾ ਕਰੀਂ ਕੀ ਗੱਲ ਹੋ ਗਈ—ਜਾ ਬੀਬਾ ਪੁੱਤ.....।

ਬੇਲੀ ਚਲਾ ਗਿਆ—ਖੇਡ ਤਾਂ ਵਿਚੇ ਹੀ ਰਹਿ ਗਈ। ਗ਼ੁੱਸਾ ਆਇਆ, ਥੋੜ੍ਹਾ ਥੋੜ੍ਹਾ ਰੋਣ ਵੀ। ਅਕਸਰ ਇੰਝ ਈ ਹੁੰਦਾ ਏ। ਉਹਦਾ ਹੋਰ ਕੋਈ ਜਮਾਤੀ ਜਾਂ ਜਮਾਤਣ ਆਉਣ, ਉਦੋਂ ਤਾਂ ਦਾਦੀ ਜੀ ਨੇ ਉਹਦੇ ਕੋਲੋਂ ਕੰਮ ਨਹੀਂ ਕਰਵਾਇਆ। ਪਰ ਬੇਲੀ ਜਦੋਂ ਵੀ ਆਉਂਦਾ ਹੈ, ਉਹ ਕੋਈ ਨਾ ਕੋਈ ਕੰਮ ਉਹਦੇ ਕੋਲੋਂ ਕਰਵਾਉਣ ਲੱਗ ਜਾਂਦੇ ਹਨ। ਇਕ ਵਾਰੀ ਤਾਂ ਉਹਨਾਂ ਨੇ ਉਹਨੂੰ ਜੁਤੀਆਂ ਗੰਢਾਉਣ ਵੀ ਭੇਜ ਦਿੱਤਾ ਸੀ। ਬੇਲੀ ਨੂੰ ਤਾਂ ਇਨ੍ਹਾਂ ਕੰਮਾਂ ਦੇ ਪੈਸੇ ਵੀ ਨਹੀਂ ਮਿਲਦੇ। ਉਹਨੂੰ ਸਾਰਿਆਂ ਤੋਂ ਵੱਧ ਚੰਗਾ ਵੀ ਬੇਲੀ ਨਾਲ ਖੇਡਣਾ ਹੀ ਲੱਗਦਾ ਹੈ। ਬੇਲੀ ਨੂੰ ਆਪ ਵੀ ਨਵੀਆਂ ਨਵੀਆਂ ਤਰਕੀਬਾਂ ਸੁੱਝਦੀਆਂ ਰਹਿੰਦੀਆਂ ਹਨ ਤੇ ਉਹ ਦੋਵੇਂ ਇਕ ਦੂਸਰੇ ਦੀਆਂ ਗੱਲਾਂ ਝੱਟ ਸਮਝ ਵੀ ਲੈਂਦੇ ਹਨ।

ਉਹਨੂੰ ਯਾਦ ਹੈ ਪਿੰਡ ਵਿਚ ਆਪਣੇ ਹਮਉਮਰਾਂ ਵਿਚੋਂ ਸਭ ਤੋਂ ਪਹਿਲੀ ਪਹਿਚਾਣ ਵੀ ਉਹਦੀ ਬੇਲੀ ਨਾਲ ਹੀ ਹੋਈ ਸੀ। ਉਹਦੇ ਹੋਸ਼ ਸੰਭਾਲਣ ਤੋਂ ਬਾਅਦ ਉਦੋਂ ਉਹ ਪਹਿਲੀ ਵਾਰੀ ਪਿੰਡ ਆਏ ਸਨ। ਸ਼ਹਿਰ ਦੇ ਛੋਟੇ ਜਿਹੇ ਸਾਹ ਘੋਟੂ ਕਿਰਾਏ ਦੇ ਮਕਾਨ ਵਿਚੋਂ ਤੇ ਭੀੜ ਭਰੀਆਂ ਸੜਕਾਂ ਤੋਂ, ਇਸ ਵੱਡੇ ਸਾਰੇ ਘਰ ਵਿਚ ਤੇ ਖੁੱਲ੍ਹੇ ਖੇਤਾਂ ਤੇ ਬਾਗਾਂ ਵਿਚ ਆਉਣਾ ਕਿੰਨਾ ਅਸਚਰਜ ਭਰਿਆ ਜਾਪਿਆ ਸੀ। ਆਪਣਾ ਘਰ ਏਡਾ ਵੱਡਾ ਤੇ ਖੁੱਲ੍ਹਾ-ਡੁੱਲ੍ਹਾ ਵੀ ਹੋ ਸਕਦਾ ਹੈ? ਤੇ ਖੇਤਾਂ ਦੀਆਂ ਪਗਡੰਡੀਆਂ ਅਤੇ ਨਹਿਰ ਦੀ ਪਟੜੀ ਉਤੇ ਕੋਈ ਬੇਰੋਕ ਟੋਕ ਆਜ਼ਾਦੀ ਨਾਲ ਬੇਫ਼ਿਕਰ ਹੋ ਕੇ ਦੂਰ ਦੂਰ ਤਕ ਦੌੜ ਵੀ ਸਕਦਾ ਹੈ। ਉਦੋਂ ਛੁੱਟੀਆਂ ਦੇ ਦੋ ਮਹੀਨੇ ਉਹਦੇ ਇੰਝ ਹੀ ਬੀਤੇ ਸਨ ਕਿ ਸਵੇਰੇ ਉੱਠ ਕੇ ਕੁਝ ਖਾਣ ਪੀਣ ਤੋਂ ਬਾਅਦ ਖੇਤਾਂ ਵੱਲ ਨਿਕਲ ਜਾਣਾ, ਫਿਰ ਇੰਝ ਗਵਾਚ ਜਾਣਾ ਕਿ ਦੁਪਹਿਰ ਤਕ ਮੁੜਨਾ ਹੀ ਨਾ। ਦੁਪਹਿਰੇ ਸਿਰਫ਼ ਰੋਟੀ ਖਾਣ ਲਈ ਆਉਣਾ ਤੇ ਰੋਟੀ ਖਾਂਦਿਆਂ ਹੀ ਫਿਰ ਚਲੇ ਜਾਣਾ। ਤੇ ਫਿਰ ਸ਼ਾਮੀਂ ਘਰ ਦੇ ਵਿਹੜੇ ਵਿਚੋਂ ਧੂੰਆਂ ਨਿਕਲਦਾ ਵੇਖ ਕੇ ਚਾਹ

ਪੀਣ ਲਈ ਵਾਪਿਸ ਪਰਤਣਾ। ਉਦੋਂ ਵੀ ਸਾਰਾ ਦਿਨ ਕੁਝ ਕਲਪਿਤ ਸਾਥੀ ਪਤਾ ਨਹੀਂ ਕਿਥੋਂ ਉਹਦੇ ਨਾਲ ਨਾਲ ਸ਼ਾਮਿਲ ਰਹਿੰਦੇ ਸਨ। ਪਿੰਡ ਦਾ ਜੇ ਕੋਈ ਬੰਦਾ ਉਹਨੂੰ ਇੰਝ ਕਲਪਿਤ ਸਾਥੀਆਂ ਨਾਲ ਖੇਡਦਿਆਂ ਕਦੀ ਵੇਖ ਲੈਂਦਾ ਤਾਂ ਜ਼ਰੂਰ ਸਮਝਦਾ ਕਿ ਇਹਨੂੰ ਕਿਸੇ ਸ਼ੈਅ ਦੀ ਪਕੜ ਹੈ।

ਇੰਝ ਹੀ ਇਕ ਦਿਨ ਨਹਿਰ ਦੇ ਕੰਢੇ ਕੰਢੇ ਦੌੜਦਿਆਂ ਉਹਨੇ ਵੇਖਿਆ ਕਿ ਦੂਸਰੇ ਕੰਢੇ ਉੱਤੇ ਇਕ ਮੁੰਡਾ ਬੈਠਾ ਹੋਇਆ ਜਾਮਨੂੰ ਖਾ ਰਿਹਾ ਸੀ ਤੇ ਚੋਰ ਅੱਖ ਨਾਲ ਉਹਦੇ ਵੱਲ ਵੇਖ ਰਿਹਾ ਸੀ। ਉਸ ਪਤਲੇ ਮੁੰਡੇ ਦੇ ਪਤਲੇ ਪਤਲੇ ਨਕਸ਼ ਉਹਨੂੰ ਕਿਸੇ ਕਲਪਿਤ ਸਾਥੀ ਦੇ ਨਕਸ਼ਾਂ ਨਾਲ ਮਿਲਦੇ ਹੋਏ ਜਾਪੇ। ਪਰ ਉਹਨੇ ਮੁੰਡੇ ਬਾਰੇ ਬਹੁਤਾ ਨਾ ਸੋਚਿਆ ਤੇ ਆਪਣੀ ਦੌੜ ਜਾਰੀ ਰੱਖੀ। ਫਿਰ ਵਾਪਿਸ ਘਰ ਨੂੰ ਮੁੜਦਿਆਂ ਉਹਨੇ ਵੇਖਿਆ, ਉਹ ਮੁੰਡਾ ਡੁੱਡੀ ਕਿੱਕਰ ਨੂੰ ਸੋਟੀ ਨਾਲ ਕੁੱਟ ਰਿਹਾ ਸੀ।

'ਇਹ ਕੀ ਕਰਦਾ ਏਂ?' ਉਹਦੇ ਕੋਲੋਂ ਸਹਿਜ ਸੁਭਾ ਹੀ ਪੁੱਛਿਆ ਗਿਆ ਸੀ।

'ਤੂੰ ਵੀ ਤੇ ਕੱਲ ਇਹਨੂੰ ਕੁੱਟਿਆ ਸੀ, ਮੈਂ ਤੈਨੂੰ ਕੁੱਟਦਿਆਂ ਵੇਖਿਆ ਸੀ।'

'ਮੈਂ ਤੇ ਇਹਨੂੰ ਚੋਰ ਬਣਾ ਕੇ ਕੁੱਟਿਆ ਸੀ, ਜਿਹੜਾ ਸਾਡੀਆਂ ਕੁਕੜੀਆਂ ਚੋਰੀ ਕਰਕੇ ਲੈ ਜਾਂਦਾ ਏ।'

'ਤੇ ਮੈਂ ਇਹਨੂੰ ਉਹ ਭੂਤ ਬਣਾ ਕੇ ਕੁੱਟ ਰਿਹਾ ਸਾਂ ਜਿਹੜਾ ਪਿਛਲੇ ਸਾਲ ਮੇਰੀ ਭੂਆ ਨੂੰ ਚੰਬੜ ਗਿਆ ਸੀ ਤੇ ਉਹ ਮਰ ਗਈ।'

ਇਸ ਤੇ ਉਹ ਦੋਵੇਂ ਹੱਸ ਪਏ ਸਨ ਤੇ ਉਸੇ ਦਿਨ ਤੋਂ ਬਾਅਦ ਉਹਨਾਂ ਦਾ ਸਾਥ ਬਣ ਗਿਆ ਸੀ। ਹੋਰ ਕਿਸੇ ਵੀ ਕੁੜੀ ਜਾਂ ਮੁੰਡੇ ਨਾਲ ਖੇਡਣ ਨਾਲੋਂ ਉਹਦਾ ਸਭ ਤੋਂ ਵੱਧ ਮਨ ਬੇਲੀ ਨਾਲ ਖੇਡਣ ਵਿਚ ਲੱਗਦਾ। ਬੇਲੀ ਵੀ ਉਹਦੇ ਵਾਂਗੂੰ ਉਹ ਗੱਲਾਂ ਸੋਚ ਲੈਂਦਾ ਸੀ, ਜਿਹੜੀਆਂ ਹੋਰ ਕੋਈ ਕਦੇ ਨਹੀਂ ਸੀ ਸੋਚ ਸਕਦਾ।

ਉਸ ਤੋਂ ਬਾਅਦ ਸ਼ਹਿਰ ਜਾ ਕੇ ਭਾਵੇਂ ਉਹਨੂੰ ਬੇਲੀ ਦਾ ਚੇਤਾ ਘੱਟ ਹੀ ਆਉਂਦਾ ਸੀ, ਪਰ ਜਦੋਂ ਵੀ ਉਹ ਛੁੱਟੀਆਂ ਵਿਚ ਉਹ ਪਿੰਡ ਆਉਂਦੇ ਤਾਂ ਉਹਦਾ ਬੇਲੀ ਨਾਲ ਸਾਥ ਇੰਝ ਬਣ ਜਾਂਦਾ, ਜਿਵੇਂ ਪਹਿਲੋਂ ਹੀ ਸਭ ਕੁਝ ਗਿਣਿਆ ਮਿਥਿਆ ਹੋਵੇ।

ਇਸ ਵਾਰੀ ਉਹ ਆਏ ਤਾਂ ਪਤਾ ਲੱਗਾ ਕਿ ਬੇਲੀ ਦਾ ਬਾਪ ਸੁੰਦਰ ਦਾਦੀ ਜੀ ਹੁਰਾਂ ਨਾਲ ਕਾਮਾ ਬਣ ਗਿਆ ਹੈ। ਸ਼ਾਇਦ ਇਹੋ ਕਾਰਨ ਸੀ ਕਿ ਦਾਦੀ ਜੀ ਹੁਣ ਵੇਲੇ-ਕੁਵੇਲੇ ਕਈ ਕੰਮ ਬੇਲੀ ਕੋਲੋਂ ਵੀ ਕਰਵਾ ਲੈਂਦੇ ਸਨ। ਪਰ ਸਾਲ ਦੇ ਵੀਹ ਮਣ ਦਾਣੇ ਤਾਂ ਸੁੰਦਰ ਲੈਂਦਾ ਸੀ, ਬੇਲੀ ਨੂੰ ਤਾਂ ਕੁਝ ਵੀ ਨਹੀਂ ਸੀ ਮਿਲਦਾ। ਉਹਦੇ ਕੋਲੋਂ ਇੰਝ ਕੰਮ ਕਰਵਾਉਣਾ ਬਣਦਾ ਤਾਂ ਨਾ ਹੋਇਆ। ਦਾਦੀ ਜੀ ਏਨੇ ਸਿਆਣੇ-ਬਿਆਣੇ ਹੋ ਕੇ ਏਨੀ ਛੋਟੀ ਜਿਹੀ ਗੱਲ ਵੀ ਨਹੀਂ ਸਮਝਦੇ, ਉਹਨੂੰ ਹੈਰਾਨੀ ਹੁੰਦੀ।

ਇਹਦੇ ਬਾਰੇ ਕੁਝ ਕਰਨਾ ਚਾਹੀਦਾ ਹੈ। ਦਾਦੀ ਜੀ ਨੂੰ ਹੀ ਕਿਹਾ ਜਾਏ? ਪਰ ਦਾਦੀ ਜੀ ਦੇ ਮੱਥੇ ਉੱਤੇ ਉੱਭਰਦੀ ਤਿਊੜੀ ਅਤੇ ਮੂੰਹ ਦਾ ਗੁੱਸੇ ਵਿਚ ਪੱਥਰ ਵਾਂਗ ਪੀਡੇ ਹੋ ਜਾਣਾ ਕਿਵੇਂ ਬਰਦਾਸ਼ਤ ਹੋਏਗਾ! ਫਿਰ ਇਹ ਵੀ ਕਿ ਜਦੋਂ ਦਾਦੀ ਜੀ ਕਿਸੇ ਗੱਲੋਂ ਗੁੱਸੇ ਹੋਣ ਤਾਂ ਬਾਕੀ ਸਾਰੇ ਦੇ ਸਾਰੇ ਵੀ ਇਕੋ ਦਮ ਹੀ ਗੁੱਸੇ ਹੋਣ ਅਤੇ ਝਿੜਕਣ ਲੱਗ ਜਾਂਦੇ ਹਨ। ਦੋਵੇਂ ਹਾਲਤਾਂ ਹੀ ਮਾੜੀਆਂ ਹਨ। ਖੇਡ ਵਿਚਕਾਰੋਂ ਛੁੱਟ ਜਾਣ ਉਤੇ ਬੇਲੀ ਦੇ ਪਤਲੇ ਪਤਲੇ ਨਕਸ਼ਾਂ ਉੱਤੇ ਉਭਰਦੀ ਉਦਾਸੀ ਅਤੇ ਬੇਬਸੀ ਵੱਲ ਵੇਖਣਾ ਵੀ ਅਤੇ ਦਾਦੀ ਜੀ ਦੇ ਪੀਡੇ ਚਿਹਰੇ ਉਤੇ ਉਭਰਦੀ ਸਖ਼ਤੀ ਅਤੇ ਨ਼ਫ਼ਰਤ ਨੂੰ ਸਹੇੜਨਾ ਵੀ। ਪਰ ਫਿਰ ਵੀ ਇਹਦੇ ਬਾਰੇ ਕੁਝ ਕਰਨਾ ਤਾਂ ਜ਼ਰੂਰ ਹੈ......ਚਲੋ ਹੁਣ ਨਾ ਸਹੀ, ਵੱਡਿਆਂ ਹੋ ਕੇ। ਵੱਡਿਆਂ ਹੋ ਕੇ ਕਰਨ ਵਾਲੇ ਕੰਮਾਂ ਵਿਚ ਇਕ ਕੰਮ ਹੋਰ ਸ਼ਾਮਿਲ ਹੋ ਗਿਆ ਹੈ।

••••

ਇਸ ਵਾਰੀ ਪਿੰਡ ਉਹਨਾਂ ਨੂੰ ਕੁਝ ਵਧੇਰੇ ਚਿਰ ਵਾਸਤੇ ਹੀ ਰਹਿਣਾ ਪੈਣਾ ਸੀ। ਪਿਤਾ ਜੀ ਦੀ ਬਦਲੀ ਬਹੁਤ ਦੂਰ ਹੋ ਗਈ ਸੀ। ਉਹ ਵਾਪਿਸ ਬਦਲੀ ਕਰਵਾਉਣ ਦੀ ਕੋਸ਼ਿਸ਼ ਤਾਂ ਕਰ ਰਹੇ ਸਨ, ਪਰ ਜਿੰਨੀ ਦੇਰ ਬਦਲੀ ਵਾਪਿਸ ਨਾ ਹੋ ਜਾਂਦੀ, ਉਨ੍ਹਾਂ ਨੂੰ ਉਥੇ ਜਾਣਾ ਹੀ ਪੈਣਾ ਸੀ। ਇਸੇ ਵਾਸਤੇ ਉਨ੍ਹਾਂ ਸਭ ਨੂੰ ਪਿੰਡ ਆ ਕੇ ਰਹਿਣਾ ਪੈ ਰਿਹਾ ਸੀ। ਉਹਦੀ ਆਵਾਰਗੀ ਨੂੰ ਵੇਖਦੇ ਹੋਏ ਫ਼ੈਸਲਾ ਕੀਤਾ ਗਿਆ ਕਿ ਉਹਨੂੰ ਪਿੰਡ ਦੇ ਸਕੂਲ ਵਿਚ ਦਾਖ਼ਲ ਕਰਵਾ ਦਿੱਤਾ ਜਾਏ। ਸ਼ਹਿਰ ਵਿਚ ਉਹਨੇ ਇਸ ਸਾਲ ਪੰਜਵੀਂ ਪਾਸ ਕੀਤੀ ਸੀ, ਇਥੇ ਪਿੰਡ ਵਿਚ ਉਹਨੂੰ ਸਤਵੀਂ ਜਮਾਤ ਵਿਚ ਦਾਖ਼ਲਾ ਮਿਲ ਗਿਆ। ਉਹਨੂੰ ਖੁਸ਼ੀ ਵੀ ਸੀ ਕਿ ਉਹਦਾ ਇਕ ਸਾਲ ਬਚ ਗਿਆ, ਵੱਡੇ ਹੋ ਜਾਣ ਦਾ ਫ਼ਾਸਲਾ ਇਕ ਸਾਲ ਘਟ ਗਿਆ। ਇੰਝ ਬੇਲੀ ਵੀ ਉਹਦਾ ਹਮ-ਜਮਾਤ

ਬਣ ਗਿਆ, ਨਹੀਂ ਤਾਂ ਉਹਨੇ ਬੇਲੀ ਨਾਲੋਂ ਇਕ ਜਮਾਤ ਪਿੱਛੇ ਰਹਿ ਜਾਣਾ ਸੀ।

ਪਹਿਲੇ ਦਿਨ ਕਲਾਸ ਵਿਚ ਦਾਖ਼ਲ ਹੁੰਦਿਆ ਹੀ ਉਹਨੇ ਵੇਖਿਆ ਇਕ ਲੰਮੇ ਜਿਹੇ ਮਾਸਟਰ ਜੀ, ਡੂੰਘੀ ਭਰਵੀਂ ਠਹਿਰੀ-ਠਹਿਰੀ ਆਵਾਜ਼ ਵਿਚ ਭੂਗੋਲ ਪੜ੍ਹਾ ਰਹੇ ਸਨ। ਭੂਗੋਲ ਵਰਗੇ ਗ਼ੈਰ-ਦਿਲਚਸਪ ਵਿਸ਼ੇ ਵਿਚ ਉਨ੍ਹਾਂ ਨੇ ਆਪਣੇ ਪੜ੍ਹਾਉਣ ਦੇ ਦਿਲਚਸਪ ਤਰੀਕੇ ਨਾਲ ਸਾਰੀ ਜਮਾਤ ਦਾ ਧਿਆਨ ਇੰਝ ਬੰਨ੍ਹਿਆ ਹੋਇਆ ਸੀ, ਜਿਵੇਂ ਉਹ ਕਲਾਸ ਨੂੰ ਕੋਈ ਕਹਾਣੀ ਸੁਣਾ ਰਹੇ ਹੋਣ। ਉਨ੍ਹਾਂ ਨੇ ਚਿੱਟੀ ਪੈਂਟ ਤੇ ਚਿੱਟੀ ਕਮੀਜ਼ ਪਾਈ ਹੋਈ ਸੀ। ਕਦੀ ਕਦੀ ਜੇਬ ਵਿਚੋਂ ਚਿੱਟਾ ਹੀ ਰੁਮਾਲ ਕੱਢਦੇ ਸਨ, ਹੱਸਦੇ ਸਨ ਤਾਂ ਦੰਦ ਵੀ ਦੁੱਧ ਚਿੱਟੇ... ਉਨ੍ਹਾਂ ਦਾ ਆਪਣਾ ਰੰਗ ਸਾਉਲਾ ਸੀ, ਪਰ ਉਨ੍ਹਾਂ ਦੇ ਆਸੇ -ਪਾਸੇ ਦਾ ਪ੍ਰਭਾਵ ਏਨਾ ਉਜਲਾ ਸੀ ਕਿ ਉਹਨੇ ਸੋਚਿਆ, ਇੰਝ ਹੀ ਹੁੰਦੇ ਹੋਣਗੇ, ਸਵਰਗ ਦੀਆਂ ਕਹਾਣੀਆਂ ਦੇ ਦੂਧੀਆ ਫ਼ਰਿਸ਼ਤੇ।

ਮਾਸਟਰ ਜੀ ਨੇ ਉਹਦੇ ਵੱਲ ਦਿਲਚਸਪੀ ਨਾਲ ਵੇਖਿਆ ਤੇ ਸਬਕ ਮੁਕਾ ਲੈਣ ਪਿੱਛੋਂ ਉਹਦੇ ਕੋਲੋਂ ਸਾਧਾਰਨ ਗਿਆਨ ਦੇ ਕਈ ਸੁਆਲ ਪੁੱਛੇ। ਜਿਨ੍ਹਾਂ ਦੀ ਉਹਨਾਂ ਨੂੰ ਆਸ ਨਹੀਂ ਸੀ, ਉਹਨਾਂ ਸਵਾਲਾਂ ਦੇ ਵੀ ਜਵਾਬ ਉਹਦੇ ਕੋਲੋਂ ਸੁਣ ਕੇ ਉਹ ਬਹੁਤ ਹੈਰਾਨ ਹੋਏ। ਸਬਬ ਪੁੱਛਣ ਉੱਤੇ ਉਹਨੇ ਦੱਸਿਆ ਕਿ ਉਹਨੇ ਅਖ਼ਬਾਰ ਪੜ੍ਹਨ ਅਤੇ ਸਵੇਰੇ ਸ਼ਾਮ ਖ਼ਬਰਾਂ ਸੁਣਨ ਦੀ ਆਦਤ ਪਾਈ ਹੋਈ ਹੈ ਤੇ ਉਹਨੂੰ ਹਰ ਤਰ੍ਹਾਂ ਦੀਆਂ ਕਿਤਾਬਾਂ ਪੜ੍ਹਨ ਦਾ ਵੀ ਸ਼ੌਕ ਹੈ। ਸ਼ਹਿਰ ਵਿਚ ਖੁੱਲੀਆਂ ਲੰਮੀਆਂ ਸੈਰਾਂ ਕਰਨ ਲਈ ਅਤੇ ਆਪਣੀਆਂ ਮਨਘੜਤ ਖੇਡਾਂ ਖੇਡਣ ਲਈ ਤਾਂ ਥਾਂ ਨਹੀਂ ਲਭਦੀ, ਇਸ ਕਰਕੇ ਉਥੇ ਉਹਦੀ ਇਕੋ ਇਕ ਦਿਲਚਸਪੀ ਸਿਰਫ਼ ਪੜ੍ਹਨਾ ਹੀ ਹੁੰਦੀ ਹੈ। ਮਾਸਟਰ ਜੀ ਨੇ ਮੁਸਕਰਾ-ਮੁਸਕਰਾ ਕੇ ਉਹਦੀਆਂ ਗੱਲਾਂ ਸੁਣੀਆਂ ਤੇ ਵਾਇਦਾ ਕੀਤਾ ਕਿ ਉਹ ਉਹਨੂੰ ਇਥੇ ਵੀ ਪੜ੍ਹਨ ਵਾਸਤੇ ਨਵੀਆਂ ਨਵੀਆਂ ਕਿਤਾਬਾਂ ਦੇਣਗੇ।

ਉਸ ਤੋਂ ਬਾਅਦ ਰੋਜ਼ ਸਵੇਰੇ ਉੱਠਦਿਆਂ ਉਹਨੂੰ ਪਹਿਲਾ ਖ਼ਿਆਲ ਮਾਸਟਰ ਜੀ ਦਾ ਆਉਂਦਾ। ਜ਼ਿੰਦਗੀ ਵਿਚ ਇਹ ਪਹਿਲੀ ਵਾਰ ਸੀ ਕਿ ਸਕੂਲ ਜਾਣ ਵਾਸਤੇ ਤਿਆਰ ਹੋਣ ਵਿਚ ਉਹਨੂੰ ਖ਼ੁਸ਼ੀ ਮਿਲਦੀ।

ਇਕ ਦਿਨ ਮਾਸਟਰ ਜੀ ਸਾਰੀ ਕਲਾਸ ਕੋਲੋਂ ਪੁੱਛਣ ਲੱਗ ਗਏ ਕਿ

ਵੱਡਾ ਹੋ ਕੇ ਕੌਣ ਕੀ ਬਣਨਾ ਚਾਹੇਗਾ। ਬਹੁਤੇ ਮੁੰਡੇ ਆਪਣੇ ਪਿਉ ਦਾਦੇ ਵਾਲੇ ਕਿੱਤੇ ਦਾ ਹੀ ਨਾਂ ਲੈ ਰਹੇ ਸਨ। ਕਿਸੇ ਨੇ ਕਿਹਾ ਕਿ ਉਹ ਵਾਹੀ ਖੇਤੀ ਕਰੇਗਾ, ਕਿਸੇ ਨੇ ਕਿਹਾ ਕਿ ਉਹ ਫ਼ੌਜ ਵਿਚ ਭਰਤੀ ਹੋ ਜਾਏਗਾ, ਕਿਸੇ ਨੇ ਸਕੂਲ ਟੀਚਰ ਬਣਨ ਦਾ ਸੁਪਨਾ ਦੱਸਿਆ। ਬੇਲੀ ਕੁਝ ਵੀ ਕਹਿਣ ਤੋਂ ਬੇਹਦ ਸ਼ਰਮਾਅ ਰਿਹਾ ਸੀ, ਆਖ਼ੀਰ ਉਸਨੇ ਕਿਹਾ, 'ਵੇਖੋ! ਜੋ ਕਿਸਮਤ ਬਣਾ ਦਏਗੀ, ਉਹੀਓ ਬਣ ਜਾਵਾਂਗੇ।' ਦੋ ਕੁੜੀਆਂ ਨੇ ਕਿਹਾ ਕਿ ਉਹ ਨਰਸ ਬਣਨਗੀਆਂ। ਦੋ ਨੇ ਕਿਹਾ ਉਸਤਾਨੀਆਂ। ਬਾਕੀ ਸਾਰੀਆਂ ਕੁੜੀਆਂ ਕੁਝ ਵੀ ਕਹਿਣ ਦੀ ਥਾਂ ਦੂਹਰੀਆਂ ਹੋ ਹੋ ਕੇ ਹੱਸਦੀਆਂ ਰਹੀਆਂ, ਜਿਸ ਤੋਂ ਜ਼ਾਹਿਰ ਸੀ ਕਿ ਉਹਨਾਂ ਨੂੰ ਪਹਿਲਾਂ ਹੀ ਪਤਾ ਹੈ ਉਨ੍ਹਾਂ ਨੇ ਵੱਡੀਆਂ ਹੋ ਕੇ ਸਿਰਫ਼ ਪਤਨੀਆਂ ਤੇ ਫਿਰ ਮਾਵਾਂ ਹੀ ਬਣਨਾ ਹੈ। ਇਹੋ ਜਿਹੀਆਂ ਕੁੜੀਆਂ ਉੱਤੇ ਉਹਨੂੰ ਬੇਹਦ ਗੁੱਸਾ ਆਉਂਦਾ ਹੈ। ਇਹ ਪਤਨੀਆਂ ਬਣਨ ਤੋਂ ਇਲਾਵਾ ਹੋਰ ਕੁਝ ਸੋਚ ਹੀ ਨਹੀਂ ਸਕਦੀਆਂ।

ਉਹਦੀ ਵਾਰੀ ਆਈ ਤਾਂ ਉਹਨੇ ਕਿਹਾ, 'ਮੈਨੂੰ ਹਮੇਸ਼ਾ ਇੰਝ ਜਾਪਦਾ ਹੈ, ਪਿਛਲੇ ਜਨਮ ਵਿਚ ਮੈਂ ਹੀ ਗੌਤਮ ਬੁੱਧ ਸਾਂ, ਮੇਰਾ ਤਾਂ ਇਸ ਜਨਮ ਵਿਚ ਵੀ ਗੌਤਮ ਬਣਨ ਦਾ ਹੀ ਇਰਾਦਾ ਹੈ।'

ਸਾਰੀ ਕਲਾਸ ਹੱਸਣ ਲੱਗ ਗਈ, ਉਹ ਕੁੜੀਆਂ ਵੀ ਜਿਹੜੀਆਂ ਖੜੀਆਂ ਹੋ ਕੇ ਸਿਰਫ਼ ਸ਼ਰਮਾਈਆਂ ਸਨ। ਪਰ ਮਾਸਟਰ ਜੀ ਚੁੱਪ ਰਹੇ, ਬੋਲੇ, 'ਗੌਤਮ ਬੁੱਧ ਕਿਸ ਭਾਵ ਨਾਲ ਬਣਨਾ ਚਾਹੁੰਦੇ ਹੋ, ਦੁਨੀਆ ਤਿਆਗ ਦੇਣ ਦੇ ਭਾਵ ਨਾਲ ਜਾਂ ਦੁਨੀਆ ਲਈ ਕੁਝ ਨਵਾਂ ਲੱਭਣ ਦੇ ਭਾਵ ਨਾਲ?'

'ਦੁਨੀਆਂ ਦੇ ਦੁੱਖ ਦਰਦ ਦਾ ਇਲਾਜ ਲੱਭਣ ਦੇ ਭਾਵ ਨਾਲ।'

'ਹੂੰ.....' ਮਾਸਟਰ ਜੀ ਦੀ ਆਵਾਜ਼ ਜਿਵੇਂ ਬੜੀ ਦੂਰੋਂ ਆਈ, '.....ਬੈਠ ਜਾਉ, ਸ਼ਾਬਾਸ਼.....।'

ਫਿਰ ਮਾਸਟਰ ਜੀ ਆਪ ਵੀ ਬੈਠ ਗਏ। ਉਹ ਦੁਬਾਰਾ ਕਲਾਸ ਨੂੰ ਪੜ੍ਹਾਉਣ ਲੱਗੇ, ਪਰ ਕਿਸੇ ਕਿਸੇ ਵੇਲੇ ਅੱਖਾਂ ਥੋੜ੍ਹੀਆਂ ਥੋੜ੍ਹੀਆਂ ਸਿਕੋੜ ਕੇ ਕੁਝ ਸੋਚਣ ਲੱਗਦੇ। ਉਹਨੂੰ ਪਤਾ ਸੀ ਕਿ ਮਾਸਟਰ ਜੀ ਹੋਰ ਕਿਸੇ ਦੇ ਜਵਾਬ ਬਾਰੇ ਨਹੀਂ ਸੋਚ ਰਹੇ, ਸਿਰਫ਼ ਉਹਦੇ ਜਵਾਬ ਬਾਰੇ ਹੀ ਸੋਚ ਰਹੇ ਹਨ।

ਘਰ ਆ ਕੇ ਉਹਨੇ ਮਾਸਟਰ ਜੀ ਦੀ ਇਕ ਤਸਵੀਰ ਬਣਾਉਣ ਦੀ ਕੋਸ਼ਿਸ਼ ਕੀਤੀ। ਪਰ ਤਸਵੀਰ ਉਹਦੇ ਕੋਲੋਂ ਠੀਕ ਬਣ ਹੀ ਨਹੀਂ ਸੀ ਰਹੀ

। ਆਖ਼ੀਰ ਉਹਦੇ ਕੋਲੋਂ ਇਕ ਲੰਮੇ ਪਤਲੇ ਬੰਦੇ ਦੀ ਤਸਵੀਰ ਬਣ ਗਈ, ਜਿਹਦੇ ਪਤਲੇ ਪਤਲੇ ਨਕਸ਼ ਸਨ । ਮਾਸਟਰ ਜੀ ਦੇ ਨਕਸ਼ ਏਨੇ ਪਤਲੇ -ਪਤਲੇ ਤਾਂ ਨਹੀਂ, ਉਹਨੇ ਸੋਚਿਆ, ਪਰ ਤਸਵੀਰ ਉਹਨੂੰ ਚੰਗੀ ਲੱਗੀ ਤੇ ਉਹਨੇ ਉਸੇ ਤਸਵੀਰ ਨੂੰ ਆਖ਼ਰੀ ਮੰਨ ਲਿਆ ।

ਕਮਰੇ ਵਿਚੋਂ ਬਾਹਰ ਆ ਕੇ ਉਹਨੇ ਵੇਖਿਆ, ਸਾਰੇ ਬਰਾਂਡੇ ਵਿਚ ਬੈਠੇ ਗੱਲਾਂ ਕਰ ਰਹੇ ਸਨ । ਸਭ ਵਿਚ ਬੈਠਦਿਆਂ ਉਹਨੇ ਉੱਚੀ ਆਵਾਜ਼ ਵਿਚ ਕਿਹਾ, 'ਚੰਗਾ ਈ ਕੀਤਾ ਤੁਸੀਂ ਮੈਨੂੰ ਸਕੂਲ ਭੇਜ ਦਿੱਤਾ, ਨਹੀਂ ਤਾਂ ਮੈਂ ਮਾਸਟਰ ਜੀ ਕੋਲੋਂ ਕਿਵੇਂ ਪੜ੍ਹਨਾ ਸੀ । ਮਾਸਟਰ ਜੀ ਮੈਨੂੰ ਬਹੁਤ ਚੰਗੇ ਲੱਗਦੇ ਨੇ, ਬਹੁਤ ਮਜ਼ਾ ਆਉਂਦਾ ਏ ਉਹਨਾਂ ਕੋਲੋਂ ਪੜ੍ਹ ਕੇ ।'

ਕਿਸੇ ਨੇ ਵੀ ਉਹਦੀ ਗੱਲ ਦਾ ਹੁੰਗਾਰਾ ਨਾ ਦਿਤਾ, ਸਗੋਂ ਇਕ ਪਲ ਤਾਂ ਇੰਝ ਜਾਪਿਆ ਜਿਵੇਂ ਸਾਰੇ ਉਹਦੀ ਗੱਲ ਨੂੰ ਜਾਣ-ਬੁੱਝ ਕੇ ਅਣਸੁਣੀ ਕਰਨਾ ਚਾਹ ਰਹੇ ਹੋਣ । ਪਰ ਉਹਨੇ ਵੇਖਿਆ ਦਾਦੀ ਜੀ ਤੇ ਮਾਂ ਉਹਦੇ ਵੱਲ ਵੇਖ ਕੇ ਘੂਰ ਰਹੇ ਸਨ। ਤਦੇ ਦਾਦੀ ਜੀ ਬੋਲ ਪਏ, 'ਚੱਲ ਚੁੱਪ ਕਰ, ਬਕ-ਬਕ ਨਾ ਕਰ.....' ਤਦੇ ਆਵਾਜ਼ ਨੂੰ ਹੌਲੀ ਬਣਾਉਂਦਿਆਂ ਤਾਂ ਕਿ ਸਿਰਫ਼ ਉਹੀ ਸੁਣੇ, ਕੋਈ ਹੋਰ ਨਾ ਸੁਣ ਸਕੇ । ਬੋਲੇ, 'ਸ਼ਰਮ ਆਉਣੀ ਚਾਹੀਦੀ ਏ, ਹੁਣ ਤੈਨੂੰ ਸਾਰਿਆਂ ਵਿਚ ਬੈਠ ਕੇ ਏਨੀ ਗੱਲ ਕਹਿੰਦਿਆਂ ।'

ਇਸ ਤੋਂ ਪਿੱਛੋਂ ਉਹਦੇ ਕੋਲੋਂ ਸਾਰਿਆਂ ਵਿਚ ਬੈਠਿਆ ਈ ਨਾ ਗਿਆ।

ਰਾਤੀਂ ਸਕੂਲ ਦਾ ਕੰਮ ਕਰਨ ਲੱਗਿਆਂ ਉਹਨੇ ਮਾਸਟਰ ਜੀ ਦੀ ਤਸਵੀਰ ਵਾਲੀ ਕਾਪੀ ਸਭ ਦੀ ਅੱਖ ਬਚਾ ਕੇ ਖੋਹਲੀ । ਤਸਵੀਰ ਵੱਲ ਵੇਖਦਿਆਂ ਉਹਦੇ ਮੱਥੇ ਉੱਤੇ ਸ਼ਰਮ ਤੇ ਗਿਲਾਨੀ ਦੀ ਤਰੇਲੀ ਜਿਹੀ ਆ ਗਈ । ਫਿਰ ਉਹਨੇ ਕਾਪੀ ਵਿਚੋਂ ਤਸਵੀਰ ਵਾਲਾ ਸਫ਼ਾ ਪਾੜਿਆ ਤੇ ਜਾ ਕੇ ਅਲਮਾਰੀ ਵਿਚ ਉਥੇ ਹੀ ਲੁਕਾ ਦਿੱਤਾ, ਜਿਥੇ ਉਹਨੇ ਪਹਿਲੋਂ ਵੀ ਇਕ ਤਸਵੀਰ ਲੁਕਾਈ ਹੋਈ ਸੀ । ਇਹ ਵੀ ਕੀ ਮਜਬੂਰੀ ਹੋਈ, ਉਹਨੂੰ ਗੁੱਸਾ ਆ ਰਿਹਾ ਸੀ । ਜੇ ਮਾਸਟਰ ਜੀ ਚੰਗੇ ਹਨ, ਚੰਗੇ ਲੱਗਦੇ ਹਨ ਤਾਂ ਕਿਸੇ ਨੂੰ ਇਹ ਦੱਸਿਆ ਕਿਉਂ ਨਹੀਂ ਜਾ ਸਕਦਾ । ਪਰ ਉਹਨੂੰ ਇਹ ਵੀ ਪਤਾ ਸੀ ਅੱਜ ਤੋਂ ਬਾਅਦ ਉਨ੍ਹਾਂ ਦੀ ਤਾਰੀਫ਼ ਕਰਦਿਆਂ ਹੁਣ ਸੱਚਮੁਚ ਸ਼ਰਮ ਆਇਆ ਕਰੇ ਗੀ ।

••••

ਇਕ ਦਿਨ ਉਹਨੇ ਬੇਲੀ ਨੂੰ ਕਿਹਾ, 'ਮੈਂ ਵੱਡਿਆਂ ਹੋ ਕੇ ਆਮ ਲੋਕਾਂ ਵਾਂਗੂੰ ਵਿਆਹ ਨਹੀਂ ਕਰਾਉਣਾ, ਮੈਂ ਕੁਝ ਕਰਨਾ ਏ।'

'ਦੁਨੀਆ ਦੇ ਦੁੱਖ-ਦਰਦ ਦਾ ਇਲਾਜ ਲੱਭਣਾ ਏ?' ਇਹਦਾ ਮਤਲਬ ਕਿ ਬੇਲੀ ਨੂੰ ਉਸ ਦਿਨ ਦੀ ਕਲਾਸ ਵਾਲੀ ਗੱਲਬਾਤ ਵਿਚ ਉਹਦਾ ਜਵਾਬ ਯਾਦ ਸੀ।

'ਹਾਂ! ਮੈਂ ਲੋਕਾਂ ਵਾਸਤੇ ਕੁਝ ਕਰਨਾ ਏ।'

'ਕਿਹੜੇ ਲੋਕਾਂ ਵਾਸਤੇ?'

'ਉਨ੍ਹਾਂ ਸਾਰਿਆਂ ਵਾਸਤੇ, ਜਿਨ੍ਹਾਂ ਉੱਤੇ ਮੈਨੂੰ ਤਰਸ ਆਉਂਦਾ ਰਹਿੰਦਾ ਏ।'

'ਕਿਸੇ ਇਕ ਦੀ ਮਿਸਾਲ ਦੇ।'

'ਤੈਨੂੰ ਦੱਸਿਆ ਸੀ ਨਾ, ਉਥੇ ਸ਼ਹਿਰ ਮੈਂ ਇਕ ਬੰਦਾ ਸਿਖ਼ਰ ਦੁਪਹਿਰੇ ਗੱਡੇ ਨੂੰ ਧੱਕਾ ਲਾਉਂਦਾ ਲੂ ਲੱਗ ਕੇ ਡਿੱਗ ਕੇ ਮਰਦਾ ਵੇਖਿਆ ਸੀ ਤੇ ਸਾਡੀ ਗੁਆਂਢਣ ਸ਼ਾਮੋ ਦਾ ਮੁੰਡਾ! ਖ਼ੂਨ ਦੀ ਘਾਟ ਕਰਕੇ ਬੀਮਾਰੀ ਨਾਲ ਜਿਹਦੇ ਹੱਥ-ਪੈਰ ਵਿੰਗੇ ਹੋ ਗਇ ਹੋਏ ਨੇ.....'

ਗੱਲ ਕਰਦਿਆਂ ਉਹਨੂੰ ਦਾਦੀ ਜੀ ਦਾ ਖੇਡ ਵਿਚਕਾਰੋਂ ਬੇਲੀ ਨੂੰ ਆਵਾਜ਼ ਮਾਰਨਾ ਯਾਦ ਸੀ, ਪਰ ਇਹ ਗੱਲ ਉਹਨੇ ਬੇਲੀ ਨੂੰ ਨਾ ਕਹੀ, ਸਗੋਂ ਕਿਹਾ, '.....ਤੇ ਸਾਡੇ ਆਪਣਿਆਂ ਵਰਗਿਆਂ ਲਈ, ਜਿਨ੍ਹਾਂ ਨੂੰ ਸ਼ਹਿਰ ਵਿਚ ਪੇਂਡੂ ਹੋਣ ਕਰਕੇ ਤੇ ਦੂਜਿਆਂ ਤੋਂ ਮਾੜੇ ਘਰਾਂ ਦੇ ਹੋਣ ਕਰਕੇ ਨਫ਼ਰਤ ਨਾਲ ਵੇਖਦੇ ਨੇ।'

ਬੇਲੀ ਹੱਸਣ ਲੱਗ ਗਿਆ, 'ਵੱਡਿਆਂ ਹੋ ਕੇ ਤੈਨੂੰ ਚੇਤੇ ਈ ਨਹੀਂ ਰਹਿਣੀਆਂ ਇਹ ਗੱਲਾਂ, ਜੇ ਰਹੀਆਂ ਵੀ ਤਾਂ ਤੂੰ ਕੀ ਕਰ ਸਕਣਾ ਏ, ਉਦੋਂ ਤਾਂ ਤੈਨੂੰ ਕਿਸੇ ਨੇ ਘਰੋਂ ਵੀ ਬਾਹਰ ਨਹੀਂ ਨਿਕਲਣ ਦਿਆ ਕਰਨਾ।'

'ਕਿਉਂ? ਵੱਡਿਆਂ ਹੋ ਕੇ ਅਸੀਂ ਇਹਨਾਂ ਦੇ ਈ ਗ਼ੁਲਾਮ ਥੋੜ੍ਹਾ ਬਣੇ ਰਹਿਣਾ ਏ।'

'ਤੇ ਹੋਰ ਅਸੀਂ ਕੀ ਕਰ ਲੈਣਾ ਏ। ਮੈਨੂੰ ਤੇ ਨਹੀਂ ਲੱਗਦਾ, ਮੈਂ ਕਦੀ ਗ਼ੁਲਾਮੀ ਤੋਂ ਛੁੱਟਾਂ।'

ਬੇਲੀ ਦੇ ਸ਼ਬਦਾਂ ਨਾਲ ਉਹਦੇ ਅੰਦਰ ਜਿਵੇਂ ਟਸ-ਟਸ ਕਰ ਉੱਠਿਆ

ਹੋਏ। ਉਹਨੂੰ ਜਾਪ ਰਿਹਾ ਸੀ, ਜਿਵੇਂ ਉਹਨੇ ਆਪ ਤਾਂ ਗ਼ੁਲਾਮੀਆਂ ਤੋਂ ਮੁਕਤ ਹੋ ਜਾਣਾ ਹੋਵੇ, ਪਰ ਬੇਲੀ ਨੇ ਇੰਝ ਹੀ ਰਹਿ ਜਾਣਾ ਹੋਵੇ, ਪਰਾਧੀਨ।

ਪਹਿਲੋਂ ਇਹ ਪ੍ਰਣ ਉਹਦੇ ਮਨ ਵਿਚ ਹੁੰਦਾ ਸੀ, ਪਰ ਉਸ ਸ਼ਾਮ ਉਹਨੇ ਕਾਪੀ ਵਿਚ ਲਿਖ ਕੇ ਇਹ ਪ੍ਰਣ ਕੀਤਾ ਕਿ ਵੱਡਿਆਂ ਹੋ ਕੇ ਜ਼ਰੂਰ ਕੋਈ ਇਹੋ ਜਿਹਾ ਕਾਰਨਾਮਾ ਕਰਨਾ ਹੈ, ਜਿਹਦੇ ਕਰਕੇ ਕਿਸੇ ਦੀ ਹਾਲਤ ਤਰਸਯੋਗ ਨਾ ਰਹਿ ਜਾਏ।

ਇਕ ਦਿਨ ਸਵੇਰੇ ਸਵੇਰੇ ਈ ਮਾਸਟਰ ਜੀ ਨੇ ਉਹਨੂੰ ਬੁਲਾ ਕੇ ਕਿਹਾ ਕਿ ਛੁੱਟੀ ਪਿੱਛੋਂ ਉਹ ਉਨ੍ਹਾਂ ਨੂੰ ਮਿਲੇ। ਸਾਰਾ ਦਿਨ ਉਹਦਾ ਮਨ ਖ਼ੁਸ਼ੀ ਅਤੇ ਡਰ ਦੇ ਵਿਚਕਾਰ ਉਲਝਿਆ ਰਿਹਾ, ਪਤਾ ਨਹੀਂ ਮਾਸਟਰ ਜੀ ਨੇ ਉਹਨੂੰ ਕੀ ਕਹਿਣਾ ਹੈ। ਅੱਜਕਲ੍ਹ ਉਹਦਾ ਮਨ ਡਰਿਆ ਰਹਿੰਦਾ ਹੈ, ਪਤਾ ਨਹੀਂ ਕਦੋਂ ਕੋਈ ਉਹਨੂੰ ਕਿਸੇ ਗੱਲ ਤੋਂ ਟੋਕ ਦੇਵੇ। ਹੋ ਸਕਦਾ ਹੈ, ਮਾਸਟਰ ਜੀ ਨੇ ਵੀ ਉਹਨੂੰ ਕਿਸੇ ਐਸੀ ਗੱਲ ਤੋਂ ਟੋਕਣਾ ਹੋਵੇ ਜਿਹੜੀ ਉਹਦੇ ਕੋਲੋਂ ਬੇ–ਧਿਆਨੀ ਵਿਚ ਹੀ ਹੋ ਗਈ ਹੋਏ।

ਛੁੱਟੀ ਪਿੱਛੋਂ ਮਿਲਣ ਉੱਤੇ ਉਹਨੇ ਮਾਸਟਰ ਜੀ ਕੋਲੋਂ ਬੁਲਾਉਣ ਦਾ ਸਬਬ ਪੁੱਛਿਆ ਤਾਂ ਉਹ ਆਪਣੇ ਮੇਜ਼ ਦੀ ਦਰਾਜ ਵਿਚੋਂ ਦੋ ਕਿਤਾਬਾਂ ਕੱਢ ਕੇ ਉਹਨੂੰ ਫੜਾਉਂਦੇ ਹੋਏ ਬੋਲੇ, 'ਉਸ ਦਿਨ ਕਲਾਸ ਵਿਚ ਵੱਡੇ ਹੋ ਕੇ ਕੁਝ ਬਣਨ ਦੀ ਗੱਲਬਾਤ ਵਿਚ ਮੈਨੂੰ ਤੇਰੇ ਵਿਚਾਰ ਬਹੁਤ ਚੰਗੇ ਲੱਗੇ ਸਨ। ਤੇਰੇ ਵਾਸਤੇ ਮੈਂ ਇਹ ਦੋ ਕਿਤਾਬਾਂ ਚੁਣੀਆਂ ਨੇ, ਇਹਨਾਂ ਨੂੰ ਧਿਆਨ ਨਾਲ ਪੜ੍ਹੀਂ, ਤੇਰੇ ਵਿਚਾਰ ਹੋਰ ਵੀ ਸਪਸ਼ਟ ਹੋ ਜਾਣਗੇ।'

ਕਿਤਾਬਾਂ ਲੈ ਕੇ ਉਹਨੇ ਬਿਨਾਂ ਵੇਖਿਆਂ ਬੈਗ ਵਿਚ ਰੱਖ ਲਈਆਂ। ਖ਼ੁਸ਼ੀ ਵਿਚ ਜਿਵੇਂ ਉਹਦੇ ਪੈਰ ਜ਼ਮੀਨ ਉੱਤੇ ਟਿਕ ਨਹੀਂ ਸਨ ਰਹੇ। ਮਾਸਟਰ ਜੀ ਨੇ ਉਹਦਾ ਏਨਾ ਖ਼ਿਆਲ ਰੱਖਿਆ। ਕਿਤਾਬਾਂ ਬਾਰੇ ਉਹਦਾ ਅੰਦਾਜ਼ਾ ਸੀ ਕਿ ਯਕੀਨਨ ਗੌਤਮ ਬੁੱਧ ਦੇ ਜੀਵਨ ਬਾਰੇ ਹੋਣਗੀਆਂ। ਪਰ ਸ਼ਾਮੀ ਉਹਨੇ ਕਿਤਾਬਾਂ ਫਰੋਲ ਕੇ ਵੇਖੀਆਂ ਤਾਂ ਗੌਤਮ ਬੁੱਧ ਬਾਰੇ ਇਕ ਵੀ ਚੈਪਟਰ ਨਹੀਂ ਸੀ। ਦੋਹਾਂ ਕਿਤਾਬਾਂ ਵਿਚ ਉਹਨਾਂ ਲੋਕਾਂ ਦੀਆਂ ਜ਼ਿੰਦਗੀਆਂ ਦਾ ਬਿਆਨ ਸੀ, ਜਿਨ੍ਹਾਂ ਨੇ ਦੇਸ਼ ਦੀ ਅਜ਼ਾਦੀ ਲਈ ਜਾਂ ਲੋਕਾਂ ਦੀ ਆਜ਼ਾਦੀ ਲਈ ਕੁਝ ਕੀਤਾ। ਇਕ ਪਲ ਤਾਂ ਉਹਨੂੰ ਸਮਝ ਨਾ ਲੱਗੀ ਕਿ ਇਹਨਾਂ

ਕਿਤਾਬਾਂ ਦਾ ਉਸ ਦਿਨ ਵਾਲੀ ਗੱਲਬਾਤ ਨਾਲ ਕੀ ਸੰਬੰਧ ਹੋਇਆ। ਉਸ ਦਿਨ ਤਾਂ ਉਹਨੇ ਗੌਤਮ ਦਾ ਜ਼ਿਕਰ ਕੀਤਾ ਸੀ। ਪਰ ਫਿਰ ਸਮਝ ਲੱਗਦਿਆਂ ਹੀ ਉਹਦਾ ਮਨ ਇੰਝ ਤਰਲ ਹੋ ਆਇਆ ਕਿ ਉਹਨੂੰ ਜਾਪਿਆ, ਉਹਦੀਆਂ ਅੱਖਾਂ ਗਿੱਲੀਆਂ ਹੋ ਜਾਣਗੀਆਂ। ਮਾਸਟਰ ਜੀ ਨੇ ਉਹਦੇ ਉਨ੍ਹਾਂ ਵਿਚਾਰਾਂ ਨੂੰ ਵੀ ਬੁੱਝ ਲਿਆ ਸੀ, ਜਿਨ੍ਹਾਂ ਬਾਰੇ ਉਹਨੂੰ ਆਪ ਵੀ ਸਪਸ਼ਟ ਕੁਝ ਪਤਾ ਨਹੀਂ ਸੀ, ਜਿਨ੍ਹਾਂ ਨੂੰ ਸ਼ਬਦ ਦੇਣੇ ਵੀ ਉਹਨੂੰ ਨਹੀਂ ਸਨ ਆਏ।

••••

ਕਿਤਾਬਾਂ ਪੜ੍ਹ ਚੁੱਕਣ ਤੋਂ ਬਾਅਦ ਉਹਦੇ ਅੰਦਰ ਲਾਵੇ ਵਾਂਗ ਕੁਝ ਉਬਲਦਾ ਰਹਿੰਦਾ ਹੈ। ਕੁਝ ਕਰ ਗੁਜ਼ਰਨ ਦੀ ਚਾਹ ਉਹਦੀ ਰੂਹ ਨੂੰ ਬੇਚੈਨ ਰੱਖਦੀ ਹੈ ਸੰਭਾਵਨਾਵਾਂ ਦਾ ਇਕ ਸਮੁੰਦਰ ਲਹਿਰਾਉਂਦਾ ਹੈ, ਪਰ ਉਹ ਸਮੁੰਦਰ ਅਜੇ ਤਾਂ ਨਜ਼ਰ ਦੇ ਦਿਸਹੱਦੇ ਤੋਂ ਬਹੁਤ ਦੂਰ ਹੈ। ਕਦੋਂ ਪਹੁੰਚਣਾ ਹੈ ਇਸ ਦਿਸਹੱਦੇ ਤੋਂ ਪਾਰ!

ਕਿਤਾਬਾਂ ਦੇ ਕਈ ਕਿਰਦਾਰਾਂ ਬਾਰੇ ਉਹਨੇ ਪਹਿਲੋਂ ਵੀ ਕਿਧਰੇ ਨਾ ਕਿਧਰੇ ਪੜ੍ਹਿਆ ਹੋਇਆ ਹੈ, ਪਰ ਉਦੋਂ ਉਹਨੂੰ ਉਹ ਗਏ ਬੀਤੇ ਸਮਿਆਂ ਦੇ ਫ਼ਰਜ਼ੀ ਜਿਹੇ ਕਿਰਦਾਰ ਜਾਪਿਆ ਕਰਦੇ ਸਨ, ਮਿਥਿਹਾਸਕ ਕਹਾਣੀਆਂ ਦੇ ਬਹਾਦਰ ਪਾਤਰਾਂ ਵਰਗੇ। ਪਰ ਹੁਣ ਤਾਂ ਉਨ੍ਹਾਂ ਨਾਲ ਉਹਦਾ ਰਿਸ਼ਤਾ ਜੁੜ ਗਿਆ ਹੈ। ਉਹ ਸਾਰੇ ਉਹਦੇ ਸੰਗੀ ਸਾਥੀ ਹਨ, ਉਹਦੇ ਦੋਸਤ, ਉਹਦੇ ਆਪਣੇ ਜਿਵੇਂ ਦੂਰ ਕਿਧਰੇ ਉਹ ਸਾਰੇ ਉਹਨੂੰ ਬੁਲਾ ਰਹੇ ਹੋਣ, ਉਹਨਾਂ ਤਕ ਪਹੁੰਚਣ ਲਈ ਤਾਂ ਉਹਨਾਂ ਵਾਲੇ ਰਸਤੇ ਤੋਂ ਤੁਰ ਕੇ ਹੀ ਜਾਣਾ ਪਏਗਾ।

ਹੁਣ ਚਾਚੀ ਜੀ ਦੀਆਂ ਚੇਤੀ ਦੀ ਤਾਰੀਫ਼ ਕਰਦਿਆਂ ਉਹਨੂੰ ਸੁਣਾ ਸੁਣਾ ਕੇ ਆਖੀਆਂ ਗੱਲਾਂ, ਉਹਨੂੰ ਪਰੇਸ਼ਾਨ ਨਹੀਂ ਕਰਦੀਆਂ। ਚਾਚੀ ਜੀ ਵਿਚਾਰਿਆਂ ਨੂੰ ਪਤਾ ਹੀ ਨਹੀਂ ਉਹਦੇ ਅਤੇ ਚੇਤੀ ਵਿਚਕਾਰ ਕੀ ਫ਼ਰਕ ਹੈ। ਚੇਤੀ ਨੇ ਤਾਂ ਉਹਨਾਂ ਵਿਚੋਂ ਬਹੁਤਿਆਂ ਦਾ ਨਾਂ ਵੀ ਨਹੀਂ ਸੁਣਿਆ ਹੋਇਆ, ਜਿਹੜੇ ਸਾਰੇ ਦੇ ਸਾਰੇ ਉਹਨੂੰ ਆਪਣੇ ਦੋਸਤ ਜਾਪਦੇ ਹਨ। ਦੋਸਤ ਹੀ ਨਹੀਂ, ਸਗੋਂ ਉਹਨੂੰ ਇੰਝ ਜਾਪਦਾ ਹੈ ਕਿ ਜਿਵੇਂ ਉਹ ਵੀ ਉਸੇ ਕਿਸੇ ਹੋਂਦ ਦਾ ਟੁਕੜਾ ਹੋਵੇ, ਜਿਸ ਇਕ ਵਿਸ਼ਾਲ ਹੋਂਦ ਦੇ ਉਹ ਸਭ ਟੁਕੜੇ ਸਨ।

'ਬੇਲੀ ਤੂੰ ਤਾਂ ਐਵੇਂ ਦਿਲ ਛੱਡਿਆ ਹੋਇਆ ਏ। ਜੇ ਅਸੀਂ ਸਾਰੇ ਮਿਲ ਕੇ ਕੁਝ ਕਰਾਂਗੇ ਤਾਂ ਮੈਨੂੰ ਪਤਾ ਏ ਜ਼ਰੂਰ ਕੁਝ ਨਾ ਕੁਝ ਹੋ ਜਾਏਗਾ।'

'ਕੀ ਹੋ ਜਾਏਗਾ? ਕੀ ਕਰਨਾ ਏ ਅਸੀਂ.....' ਬੇਲੀ ਖਿਝ ਉੱਠਿਆ ਸੀ, '.....ਸਮਝ ਨਹੀਂ ਲੱਗਦੀ ਤੈਨੂੰ ਇਹ ਕੀ ਠਰਕ ਹੋ ਗਿਆ ਏ। ਤੇਰੇ ਬੀਜੀ ਤੇਰੇ ਕੋਲੋਂ ਕੋਈ ਕੰਮ ਨਹੀਂ ਨਾ ਕਰਵਾਉਂਦੇ ਇਸੇ ਕਰਕੇ ਤੇਰਾ ਦਿਮਾਗ਼ ਵਿਹਲਾ ਰਹਿ ਕੇ ਪੁੱਠੀਆਂ ਸਿੱਧੀਆਂ ਗੱਲਾਂ ਸੋਚਦਾ ਰਹਿੰਦਾ ਏ।'

'ਤੂੰ ਮੇਰੀ ਗੱਲ ਨਹੀਂ ਸੁਣਨੀ ਤਾਂ ਨਾ ਸੁਣ, ਪਰ ਮੈਨੂੰ ਏਨੀਆਂ ਮਾੜੀਆਂ ਗੱਲਾਂ ਵੀ ਨਾ ਆਖ' ਉਹਦੇ ਕੋਲੋਂ ਸਿਰਫ਼ ਏਨਾ ਹੀ ਆਖਿਆ ਗਿਆ।

ਬੇਲੀ ਵੀ? ਬੇਲੀ ਨੇ ਵੀ ਉਹੀ ਗੱਲ ਆਖੀ ਜਿਹੜੀ ਦਾਦੀ ਜੀ ਤੇ ਚਾਚੀ ਜੀ ਕਹਿੰਦੇ ਹਨ। ਚਲੋ ਕੋਈ ਗੱਲ ਨਹੀਂ, ਇਕ ਬੇਲੀ ਹੀ ਤਾਂ ਨਹੀਂ ਰਹਿ ਗਿਆ ਦੁਨੀਆ ਵਿਚ! ਉਹਨੂੰ ਹੋਰ ਸਾਥੀ ਮਿਲ ਜਾਣਗੇ। ਸਭ ਤੋਂ ਪਹਿਲਾਂ ਤਾਂ ਦੀਪੂ ਨੂੰ ਸਾਥੀ ਬਣਾਇਆ ਜਾਏ। ਤੇ ਉਸ ਤੋਂ ਬਾਅਦ ਉਹਨੇ ਦੀਪੂ ਨੂੰ ਉਨ੍ਹਾਂ ਆਪਣੇ ਸੰਗੀ ਸਾਥੀਆਂ ਦੀਆਂ ਕਹਾਣੀਆਂ ਸੁਣਾਉਣੀਆਂ ਸ਼ੁਰੂ ਕਰ ਦਿੱਤੀਆਂ। ਦੀਪੂ ਨੂੰ ਕਿਸੇ ਗੱਲ ਦੀ ਸਮਝ ਲੱਗਦੀ, ਕਿਸੇ ਦੀ ਨਾ ਵੀ ਲੱਗਦੀ, ਕੋਈ ਗੱਲ ਉਹਨੂੰ ਆਪ ਵੀ ਸਮਝਾਉਣੀ ਨਾ ਆਉਂਦੀ, ਪਰ ਫਿਰ ਵੀ ਜਿਥੇ ਕਿਤੇ ਦੀਪੂ ਦਾ ਪਤਲਾ ਜਿਹਾ ਸਰੀਰ ਜੋਸ਼ ਤੇ ਗੁੱਸੇ ਨਾਲ ਕੰਬਣ ਲੱਗਦਾ ਤਾਂ ਉਹਨੂੰ ਆਪਣਾ ਮਕਸਦ ਹੱਲ ਹੋ ਗਿਆ ਜਾਪਦਾ।

ਫਿਰ ਵੀ ਕਦੀ ਕਦੀ ਉਹਨੂੰ ਡਰ ਲੱਗਣ ਲੱਗਦਾ। ਜੇ ਉਹਦੀਆਂ ਗੱਲਾਂ ਨੂੰ ਕਿਸੇ ਨੇ ਸਮਝਿਆ ਹੀ ਨਾ। ਜੇ ਸਭ ਨੇ ਹੀ ਉਹਨੂੰ ਵਿਹਲੇ ਦਿਮਾਗ਼ ਵਾਲੇ ਠਰਕ ਛੱਡ ਦੇਣ ਦੀਆਂ ਸਲਾਹਾਂ ਦਿੱਤੀਆਂ। ਪਰ ਨਹੀਂ, ਮਾਸਟਰ ਜੀ ਤਾਂ ਹੈਨ।

••••

ਉਸ ਦਿਨ ਉਹਨੂੰ ਬਹੁਤ ਸਦਮਾ ਲੱਗਾ, ਜਦੋਂ ਉਹਨੂੰ ਪਤਾ ਲੱਗਾ ਕਿ ਮੁੰਡੇ ਰਾਤੀਂ ਪ੍ਰੇਤਾਂ ਵਾਲੇ ਬੋਹੜ ਉੱਤੋਂ ਪੱਤੇ ਤੋੜ ਵੀ ਲਿਆਏ ਹਨ। ਕਿੰਨੇ ਦਿਨ ਉਹ ਸਲਾਹਾਂ ਕਰਦੇ ਰਹੇ ਸਨ ਕਿ ਕਿਸੇ ਰਾਤ ਪ੍ਰੇਤਾਂ ਵਾਲੇ ਬੋਹੜ ਨੂੰ ਹੱਥ ਲਾਉਣ ਜਾਇਆ ਜਾਏ, ਉਥੋਂ ਪੱਤੇ ਤੋੜ ਕੇ, ਲਿਆ ਕੇ, ਪਿੰਡ ਵਾਲਿਆਂ ਨੂੰ ਵਿਖਾਏ ਜਾਣ ਤੇ ਉਨ੍ਹਾਂ ਦਾ ਵਹਿਮ ਤੇ ਡਰ ਦੂਰ ਕੀਤਾ ਜਾਏ। ਉਹਦਾ ਕਿੰਨਾ ਮਨ ਕਰਦਾ ਸੀ ਉਨ੍ਹਾਂ ਸਭ ਦੇ ਨਾਲ ਜਾਣ ਨੂੰ! ਪਰ ਉਹਨੂੰ ਕੋਈ ਸੱਦਣ ਹੀ ਨਹੀਂ ਸੀ ਆਇਆ। ਸਕੂਲ ਵਿਚ ਤਿੰਨ ਛੁੱਟੀਆਂ ਸਨ ਤਾਂ ਕੀ

ਹੋਇਆ, ਬਾਕੀ ਸਾਰੇ ਵੀ ਇਕੱਠੇ ਹੋਏ ਹੋਣਗੇ ਕਿਸੇ ਤਰ੍ਹਾਂ। ਪਰ ਇਹਦੇ ਵਿਚ ਮੁੰਡਿਆਂ ਦਾ ਵੀ ਕੀ ਕਸੂਰ! ਉਨ੍ਹਾਂ ਨੂੰ ਵੀ ਪਤਾ ਸੀ ਕਿ ਉਹਨੂੰ ਰਾਤ ਵੇਲੇ ਘਰੋਂ ਬਾਹਰ ਨਹੀਂ ਜਾਣ ਦੇਣਾ। ਆਪਣੀ ਇਸ ਮਜਬੂਰੀ ਵਿਰੁੱਧ ਉਹਦਾ ਮਨ ਅੰਤਾਂ ਦੇ ਰੋਹ ਨਾਲ ਭਰ ਉੱਠਿਆ।

ਮੁੰਡਿਆਂ ਦੇ ਇਸ ਕਾਰਨਾਮੇ ਨੂੰ ਪਿੰਡ ਵਾਲਿਆਂ ਨੇ ਸਲਾਹਿਆ, ਪਰ ਕਈ ਬੁੱਢਿਆ ਨੇ ਇਹਨੂੰ ਬੇਲੋੜੀ ਦੀਦਾ ਦਲੇਰੀ ਦਾ ਨਾਂ ਦਿੱਤਾ। ਅਗਲੇ ਦਿਨ ਸਕੂਲ ਖੁੱਲਿਆ ਤਾਂ ਮਾਸਟਰ ਜੀ ਨੇ ਕਲਾਸ ਵਿਚ ਉਨ੍ਹਾਂ ਮੁੰਡਿਆਂ ਨੂੰ ਖੜ੍ਹਾ ਕਰਕੇ ਉਨ੍ਹਾਂ ਦੀ ਤਾਰੀਫ਼ ਕਰਦਿਆਂ ਹੋਇਆ ਉਹਦੇ ਵੱਲ ਵੇਖਿਆ ਤਾਂ ਉਹਨੂੰ ਜਾਪਿਆ ਜਿਵੇਂ ਮਾਸਟਰ ਜੀ ਪੁੱਛ ਰਹੇ ਹੋਣ, 'ਤੂੰ ਇਹਨਾਂ ਦੇ ਨਾਲ ਕਿਉਂ ਨਹੀਂ ਸੈਂ?' ਉਹਨੇ ਸ਼ਰਮਿੰਦਗੀ ਜਿਹੀ ਵਿਚ ਅੱਖਾਂ ਝੁਕਾਅ ਲਈਆਂ। ਉਸ ਤੋਂ ਬਾਅਦ ਜਿੰਨੀ ਦੇਰ ਕਲਾਸ ਵਿਚ ਇਸ ਕਾਰਨਾਮੇ ਦੀ ਗੱਲ ਹੁੰਦੀ ਰਹੀ, ਉਹਦੀਆਂ ਅੱਖਾਂ ਸ਼ਰਮ ਨਾਲ ਜ਼ਮੀਨ ਉੱਤੇ ਗੱਡੀਆਂ ਰਹੀਆਂ।

ਇਹ ਉਹਦੀ ਹਾਰ ਸੀ। ਪਰ ਉਹਦੇ ਮਨ ਨੂੰ ਇਹ ਹਾਰ ਕਬੂਲ ਨਹੀਂ ਸੀ। ਠੀਕ ਹੈ, ਇਸ ਹਾਰ ਦਾ ਬਦਲਾ ਲਿਆ ਜਾਏਗਾ। ਅਜੇ ਨਹੀਂ, ਠਹਿਰ ਕੇ, ਜਦੋਂ ਦੀਪੂ ਵੀ ਵੱਡਾ ਹੋ ਜਾਏਗਾ।

ਪ੍ਰੇਤਾਂ ਵਾਲੇ ਬੋਹੜ ਨੂੰ ਹੱਥ ਲਾਉਣ ਜਾਣ ਵਾਲਿਆਂ ਵਿਚ ਬੇਲੀ ਸ਼ਾਮਿਲ ਨਹੀਂ ਸੀ। ਆਪਣੇ ਨਾ ਜਾ ਸਕਣ ਦੀ ਤਾਂ ਉਹਨੂੰ ਸ਼ਰਮ ਹੈ ਈ ਸੀ, ਬੇਲੀ ਦੇ ਨਾ ਜਾਣ ਦਾ ਵੀ ਉਹਨੂੰ ਜਿਵੇਂ ਬੇਲੀ ਨਾਲ ਸ਼ਿਕਵਾ ਸੀ। ਹੋਰ ਸਾਰੀਆਂ ਇਲਤਾਂ ਕਰਨ ਲਈ ਤਾਂ ਅੱਗੇ ਅੱਗੇ ਰਹਿੰਦਾ ਏ, ਇਥੇ ਜਾਣ ਵਿਚ ਕੀ ਝਿਜਕ ਸੀ। ਪਰ ਇਹਦਾ ਜ਼ਿਕਰ ਉਹਨੇ ਬੇਲੀ ਨਾਲ ਨਾ ਕੀਤਾ। ਉਂਜ ਵੀ ਉਸ ਦਿਨ ਵਾਲੀ ਗੱਲਬਾਤ ਪਿੱਛੋਂ ਬੇਲੀ ਨਾਲ ਉਹਦੀ ਸਾਂਝ ਵਿਚ ਤਰੇੜ ਆ ਗਈ ਸੀ। ਆਪ ਉਹਨੇ ਕਦੀ ਵੀ ਉਹਨੂੰ ਨਹੀਂ ਸੀ ਬੁਲਾਇਆ ਤੇ ਬੇਲੀ ਵੀ ਉਹਨੂੰ ਬੁਲਾਉਣ ਤੋਂ ਝਿਜਕਣ ਲੱਗ ਗਿਆ ਸੀ।

ਬੇਲੀ ਨਾਲ ਹੋ ਗਏ ਇਸ ਅਚਾਨਕ ਤੋੜ-ਵਿਛੋੜੇ ਦਾ ਉਹਨੂੰ ਅਫ਼ਸੋਸ ਵੀ ਸੀ। ਕਦੀ ਉਹਦਾ ਜੀਅ ਕਰਦਾ ਕਿ ਉਹ ਆਪ ਹੀ ਬੇਲੀ ਨੂੰ ਬੁਲਾ ਲਏ ਉਹਦਾ ਜੀਅ ਕਰਦਾ, ਬੇਲੀ ਉਹਦੇ ਨਾਲ ਕੋਈ ਇਹੋ ਜਿਹੀ ਗੱਲ

ਕਰੇ ਕਿ ਉਨ੍ਹਾਂ ਦੀ ਦੋਸਤੀ ਦੀ ਤੰਦ ਆਪਣੇ ਆਪ ਹੀ ਫਿਰ ਤੋਂ ਜੁੜ ਜਾਏ, ਪਰ ਬੇਲੀ ਤਾਂ ਉੱਕਾ ਹੀ ਝਿਜਕ ਗਿਆ ਸੀ। ਇਹਦਾ ਮਤਲਬ ਏ, ਉਹਨੂੰ ਅੰਦਰੋਂ ਤਾਂ ਕਿਧਰੇ ਪਤਾ ਏ ਕਿ ਉਹਨੇ ਉਹਦਾ ਦਿਲ ਦੁਖਾਇਆ ਏ, ਤਦੇ ਝਿਜਕਦਾ ਏ। ਤੇ ਉਹਦਾ ਆਪਣਾ ਟੁੱਟਾ ਹੋਇਆ ਮਾਣ ਵੀ ਬੇਲੀ ਨੂੰ ਬੁਲਾਉਣ ਤੋਂ ਝਿਜਕਦਾ ਏ।

ਫਿਰ ਇਕ ਦਿਨ ਛੱਲਾ ਸੁੱਟਣ ਖੇਡਦਿਆਂ ਉਹਦੇ ਕੋਲੋਂ ਛੱਲਾ ਸਕੂਲ ਦੀ ਗਰਾਊਂਡ ਲਾਗਲੇ ਛੱਪੜ ਵਿਚ ਜਾ ਡਿੱਗਾ। ਛੱਲਾ ਕਿਉਂਕਿ ਉਹਦੇ ਕੋਲੋਂ ਡਿੱਗਾ ਸੀ, ਇਸ ਕਰਕੇ ਕੱਢ ਕੇ ਵੀ ਉਸਨੂੰ ਹੀ ਲਿਆਉਣਾ ਪੈਣਾ ਸੀ, ਪਰ ਉਹਨੂੰ ਪੈਂਟ ਭਿੱਜ ਜਾਣ ਦੇ ਡਰੋਂ ਛੱਪੜ ਵਿਚ ਵੜਨ ਤੋਂ ਹਿਚਕਿਚਾਹਟ ਹੋ ਰਹੀ ਸੀ। ਤਦੇ ਬੇਲੀ ਬਿਨਾਂ ਕੁਝ ਕਹੇ ਸੁਣੇ ਛੱਪੜ ਵਿਚ ਵੜ ਗਿਆ ਤੇ ਛੱਲਾ ਕੱਢ ਲਿਆਇਆ। ਬਸ ਉਸ ਦਿਨ ਤੋਂ ਬਾਅਦ ਉਹਨਾਂ ਦੀ ਦੋਸਤੀ ਦੀ ਤੰਦ ਜਿਵੇਂ ਫਿਰ ਤੋਂ ਜੁੜ ਗਈ। ਉਸ ਤੋਂ ਬਾਅਦ ਉਨ੍ਹਾਂ ਨੇ ਜਾਣ ਬੁੱਝ ਕੇ ਫਿਰ ਕਦੀ ਉਸ ਵਿਸ਼ੇ ਉੱਤੇ ਗੱਲਬਾਤ ਨਾ ਕੀਤੀ।

ਉਂਜ ਉਹਨਾਂ ਦੀ ਦੋਸਤੀ ਹੁਣ ਸਿਰਫ਼ ਸਕੂਲ ਤਕ ਹੀ ਮਹਿਦੂਦ ਸੀ, ਬੇਲੀ ਹੁਣ ਘਰ ਖੇਡਣ ਨਹੀਂ ਸੀ ਆਉਂਦਾ। ਉਹ ਆਪਣੇ ਬਾਪ ਨਾਲ ਛੁੱਟੀ ਤੋਂ ਪਿਛੋਂ ਕੰਮ ਕਰਵਾਉਣ ਜਾਣ ਲੱਗ ਗਿਆ ਸੀ। ਉਹ ਅਕਸਰ ਕਹਿੰਦਾ ਕਿ ਕੋਈ ਪਤਾ ਨਹੀਂ ਉਹਨੂੰ ਕਿਹੜੇ ਵੇਲੇ ਪੜ੍ਹਨ ਤੋਂ ਹਟਾ ਲੈਣ। ਬੇਲੀ ਇੰਝ ਕਹਿੰਦਾ ਤਾਂ ਉਹਦੇ ਮਨ ਵਿਚ ਕੁਝ ਤਿੜਕਣ ਲੱਗਦਾ। ਬੇਲੀ ਦੀਆਂ ਕਿਤਾਬਾਂ, ਕਾਪੀਆਂ, ਪੈਂਸਲ, ਕਲਮ ਵੱਲ ਵੇਖ ਕੇ ਉਹਦਾ ਮਨ ਪਿਘਲ ਪਿਘਲ ਜਾਂਦਾ। ਕੋਈ ਪਤਾ ਨਹੀਂ ਇਸ ਸਭ ਕੁਝ ਨੇ ਕਦੋਂ ਬੇਲੀ ਕੋਲੋਂ ਛੁੱਟ ਜਾਣਾ ਸੀ ਤੇ ਫਿਰ ਬੇਲੀ ਨੇ ਜਿਵੇਂ ਬਹੁਤ ਦੂਰ ਚਲੇ ਜਾਣਾ ਸੀ।

••••

ਇਕ ਦਿਨ ਘਰ ਆ ਕੇ ਉਹਨੇ ਵੇਖਿਆ ਰਾਜੂ ਅਤੇ ਉਸਦੇ ਮਾਤਾ ਜੀ ਆਏ ਹੋਏ ਸਨ। ਰਾਜੂ ਤੇ ਉਹ ਇਕ ਦੂਸਰੇ ਵੱਲ ਵੇਖ ਕੇ, ਪੁਰਾਣੀ ਪਹਿਚਾਣ ਵਿਚ ਮੁਸਕਰਾਏ। ਰਾਜੂ ਦੇ ਮਾਤਾ ਜੀ ਉਹਦੇ ਚਾਚੀ ਜੀ ਦੇ ਰਿਸ਼ਤੇ ਵਿਚ ਭੈਣ ਲੱਗਦੇ ਹਨ। ਸ਼ਹਿਰ ਵਿਚ ਰਹਿੰਦੇ ਸਨ, ਪਰ ਕਦੀ

ਕਦੀ ਉਨ੍ਹਾਂ ਨੂੰ ਕਿਸੇ ਪਿੰਡ ਜਾਣਾ ਚੰਗਾ ਲੱਗਦਾ ਹੈ। ਦੋ ਸਾਲ ਪਹਿਲੋਂ ਵੀ ਉਹ ਆਏ ਸਨ। ਉਦੋਂ ਰਾਜੂ ਦੀ ਵੱਡੀ ਭੈਣ ਵੀ ਨਾਲ ਸੀ। ਰਾਜੂ ਤੇ ਉਸਦੀ ਭੈਣ ਨਾਲ ਉਦੋਂ ਚੰਗੀ ਖ਼ਾਸੀ ਦੋਸਤੀ ਹੋ ਗਈ ਸੀ। ਬਾਹਰ ਨਹਿਰ ਉੱਤੇ ਜਾ ਕੇ ਉਹ ਸਾਰੇ ਜਣੇ ਸਾਰਾ ਸਾਰਾ ਦਿਨ ਖੇਡਦੇ ਰਹਿੰਦੇ ਸਨ। ਬੇਲੀ ਤੇ ਪਿੰਡ ਦੇ ਇਕ ਦੋ ਜਣੇ ਹੋਰ ਤੇ ਤਾਰਾ ਵੀ ਉਨ੍ਹਾਂ ਦੇ ਨਾਲ ਮਿਲ ਜਾਇਆ ਕਰਦੇ ਸਨ। ਉਦੋਂ ਉਨ੍ਹਾਂ ਦੀ ਸਭ ਤੋਂ ਪਿਆਰੀ ਖੇਡ ਸੋਟੀਆਂ ਦੀਆਂ ਤਲਵਾਰਾਂ ਲੈ ਕੇ ਦੋ ਧਿਰਾਂ ਦੀਆਂ ਫ਼ੌਜਾਂ ਬਣ ਕੇ ਲੜਾਈ ਕਰਨਾ ਹੁੰਦੀ ਸੀ। ਕਦੀ ਉਹ ਦੇਵਤੇ ਤੇ ਦਾਨਵ ਬਣ ਕੇ ਯੁੱਧ ਕਰ ਰਹੇ ਹੁੰਦੇ ਕਦੀ ਉਹ ਪਾਂਡਵ ਤੇ ਕੌਰਵ ਬਣ ਜਾਂਦੇ, ਕਦੀ ਪ੍ਰਿਥਵੀ ਰਾਜ ਚੌਹਾਨ ਤੇ ਮੁਹੰਮਦ ਗ਼ੌਰੀ ਬਣਦੇ, ਕਦੀ ਅੰਗਰੇਜ਼ ਤੇ ਬਾਗ਼ੀ ਫ਼ੌਜਾਂ। ਉਹਨੂੰ ਤੇ ਰਾਜੂ ਨੂੰ ਜਿੰਨੀਆਂ ਕਹਾਣੀਆਂ ਆਉਂਦੀਆਂ ਹੁੰਦੀਆਂ, ਉਹ ਦੂਸਰਿਆਂ ਨੂੰ ਕੁਝ ਸੁਣਾ ਦਿੰਦੇ ਤੇ ਕੁਝ ਆਪਣੀ ਸਹੂਲਤ ਵਾਸਤੇ ਮਨੋਂ ਹੀ ਜੋੜ ਲੈਂਦੇ।

ਹੁਣ ਰਾਜੂ ਵੱਲ ਵੇਖਦਿਆਂ ਹੀ ਫ਼ਰਜ਼ੀ ਤਲਵਾਰਾਂ ਉਹਦੇ ਜ਼ਿਹਨ ਵਿਚ ਲਿਸ਼ਕੀਆਂ। ਪਲ ਦੀ ਪਲ ਵਿਚ ਹੀ ਉਹਨੇ ਸੋਚ ਲਿਆ ਕਿ ਇਸ ਵਾਰ ਰਾਜੂ ਹਰ ਖੇਡ ਜਿੱਤ ਜਾਇਆ ਕਰੇਗਾ—ਉਹ ਪਹਿਲੋਂ ਨਾਲੋਂ ਵੀ ਸਿਹਤਮੰਦ ਲੱਗਦਾ ਸੀ, ਠੰਡ ਦੇ ਮੌਸਮ ਵਿਚ ਉਹਨੇ ਨਿੱਕਰ ਪਾਈ ਹੋਈ ਸੀ। ਉਹਦੀਆਂ ਲਿਸ਼ਕ ਰਹੀਆਂ ਸਿਹਤਮੰਦ ਮਜਬੂਤ ਲੱਤਾਂ ਵੱਲ ਵੇਖ ਕੇ ਉਹਨੂੰ ਸ਼ਰਮ ਵੀ ਆਈ। ਪਹਿਲੋਂ ਤੇ ਕਦੀ ਇੰਝ ਨਹੀਂ ਸੀ ਹੋਇਆ। ਜਿਵੇਂ ਕੋਈ ਪਿਲਪਿਲਾ ਜਿਹਾ ਗੰਡੋਆ ਅਚਾਨਕ ਕਿਧਰੇ ਰੀਂਗ ਉੱਠਿਆ ਹੋਵੇ। ਆਪਣੀ ਹਾਰ ਵੱਲ ਇਹ ਪਹਿਲਾ ਕਦਮ ਤਾਂ ਨਹੀਂ? ਇਸ ਬੇਲੋੜੀ ਸ਼ਰਮ ਉਤੇ ਕਾਬੂ ਪਾਉਣਾ ਚਾਹੀਦਾ ਹੈ—ਗੰਡੋਏ ਨੂੰ ਮਿੱਧ ਦੇਣਾ ਚਾਹੀਦਾ ਹੈ।

ਇਸ ਵਾਰ ਰਾਜੂ ਦੇ ਮਾਤਾ ਜੀ ਦੀ ਸਖ਼ਤ ਹਿਦਾਇਤ ਸੀ ਕਿ ਰਾਜੂ ਘਰ ਦੇ ਬੱਚਿਆਂ ਤੋਂ ਇਲਾਵਾ ਪਿੰਡ ਦੇ ਕਿਸੇ ਬੱਚੇ ਨਾਲ ਨਹੀਂ ਖੇਡੇਗਾ। ਉਨ੍ਹਾਂ ਨੂੰ ਸ਼ਿਕਾਇਤ ਸੀ ਕਿ ਪਿਛਲੀ ਵਾਰ ਰਾਜੂ ਸਾਰੀਆਂ ਗੰਦੀਆਂ ਆਦਤਾਂ ਪਿੰਡੋਂ ਨਾਲ ਲੈ ਗਿਆ ਸੀ—ਉਂਝ ਪੁੱਛਣ ਉੱਤੇ ਉਹ ਚੰਗੀ ਤਰ੍ਹਾਂ ਸਮਝਾ ਨਾ ਸਕੇ ਕਿਹੜੀਆਂ ਆਦਤਾਂ।

ਘਰੋਂ ਬਾਹਰ ਜਾਣ ਦੀ ਰਾਜੂ ਨੂੰ ਇਜਾਜ਼ਤ ਸਿਰਫ਼ ਦੀਪੂ ਨਾਲ ਮਿਲਦੀ ਸੀ। ਉਹ ਵੀ ਇਸ ਸਖ਼ਤ ਹਿਦਾਇਤ ਨਾਲ ਕਿ ਛੇਤੀ ਤੋਂ ਛੇਤੀ ਵਾਪਿਸ

ਆਇਆ ਜਾਏ। ਉਥੇ ਮਿੱਟੀ ਨਾਲ ਬਿਲਕੁਲ ਨਾ ਖੇਡਿਆ ਜਾਏ।

ਇਸ ਵਾਰ ਰਾਜੂ ਆਪਣੇ ਗੁਆਂਢ ਵਿਚ ਰਹਿੰਦੀ ਕਿਸੇ ਪੈਮੀ ਦਾ ਬਹੁਤ ਜ਼ਿਕਰ ਕਰ ਰਿਹਾ ਸੀ। ਉਹਨੇ ਦੱਸਿਆ ਕਿ ਪਹਿਲੋਂ ਉਹਦੀ ਤੇ ਪੈਮੀ ਦੀ ਬਹੁਤ ਦੋਸਤੀ ਸੀ, ਪਰ ਹੁਣ ਪੈਮੀ ਦੇ ਪਾਪਾ ਉਹਨੂੰ ਉਹਦੇ ਨਾਲ ਖੇਡਣ ਤੋਂ ਅਤੇ ਬਹੁਤਾ ਮਿਲਣ ਜੁਲਣ ਤੋਂ ਰੋਕਣ ਲੱਗ ਗਏ ਹਨ। ਉਹਦੇ ਅਤੇ ਦੀਪੂ ਦੇ ਪੁੱਛਣ ਉੱਤੇ ਕਿ ਹੁਣ ਉਹ ਕਿਉਂ ਰੋਕਦੇ ਹਨ, ਰਾਜੂ ਨੇ ਦੱਸਿਆ ਕਿ ਇਕ ਦਿਨ ਉਹ ਦੋਵੇਂ ਪੈਮੀ ਦੇ ਈ ਬਗ਼ੀਚੇ ਵਿਚ ਮਿੱਟੀ ਨਾਲ ਖੇਡ ਰਹੇ ਸਨ। ਮਿੱਟੀ ਦੇ ਗੁੱਡੀਆਂ ਗੁੱਡੇ ਬਣਾ ਰਹੇ ਸਨ ਕਿ ਪੈਮੀ ਦੇ ਪਿਤਾ ਜੀ ਉਥੇ ਆ ਗਏ। ਉਨ੍ਹਾਂ ਨੂੰ ਵੇਖ ਲਿਆ ਤੇ ਉਸ ਦਿਨ ਤੋਂ ਬਾਅਦ ਉਹ ਉਹਦਾ ਆਪਣੇ ਘਰ ਬਹੁਤਾ ਆਉਣਾ ਪਸੰਦ ਨਹੀਂ ਕਰਦੇ। ਏਨੀ ਗੱਲ ਦੱਸ ਕੇ ਰਾਜੂ ਹੱਸਣ ਲੱਗਾ। ਉਹਦੇ ਇੰਝ ਹੱਸਣ ਤੋਂ ਉਹਨੂੰ ਜਾਪਿਆ, ਪੈਮੀ ਦੇ ਪਿਤਾ ਜੀ ਦਾ ਰਾਜੂ ਨਾਲ ਨਾਰਾਜ਼ ਹੋਣ ਦਾ ਕਾਰਨ ਸਿਰਫ਼ ਇਹੋ ਨਹੀਂ ਸੀ, ਜੋ ਰਾਜੂ ਨੇ ਦੱਸਿਆ ਸੀ। ਜ਼ਰੂਰ ਕੋਈ ਹੋਰ ਗੱਲ ਹੀ ਹੋਏਗੀ। ਪਰ ਉਹਦੇ ਪੁੱਛਣ ਉੱਤੇ ਵੀ ਰਾਜੂ ਨੇ ਹੋਰ ਕੁਝ ਨਾ ਦੱਸਿਆ।

ਹੁਣ ਉਹ ਤੇ ਰਾਜੂ ਤੇ ਦੀਪੂ ਸਭ ਤੋਂ ਉਪਰਲੇ ਕੋਠੇ ਉੱਤੇ ਬੈਠ ਕੇ ਤਾਸ਼ ਖੇਡਦੇ। ਕਦੀ ਕਦੀ ਚੇਤੀ ਵੀ ਉਹਨਾਂ ਦੇ ਨਾਲ ਰਲ ਜਾਂਦੀ, ਪਰ ਉਹ ਛੇਤੀ ਹੀ ਉਕਤਾ ਜਾਂਦੀ ਸੀ। ਕਦੀ ਰਾਜੂ ਉਨ੍ਹਾਂ ਨੂੰ ਤਾਜ਼ੀਆਂ ਵੇਖੀਆਂ ਫ਼ਿਲਮਾਂ ਦੀਆਂ ਕਹਾਣੀਆਂ ਸੁਣਾਉਂਦਾ। ਕਦੀ ਕਦੀ ਉਹ ਰੱਸੀ ਟੱਪਣ ਵੀ ਖੇਡਣ ਲੱਗਦੇ, ਕਦੀ ਮਿਲ ਕੇ ਜ਼ਿਦ ਜ਼ਿਦ ਕੇ ਲੰਮੇ ਮੱਟ ਲਾ ਕੇ ਗੰਨੇ ਚੂਪਦੇ। ਦੋਸਤੀ ਦਾ ਪੁਰਾਣਾ ਆਧਾਰ ਗੁਆਚ ਗਿਆ ਸੀ ਤਾਂ ਕੀ ਹੋਇਆ, ਇਹ ਆਧਾਰ ਵੀ ਕਾਫ਼ੀ ਸਨ।

ਜਿਸ ਦਿਨ ਰਾਜੂ ਹੁਰਾਂ ਨੇ ਚਲੇ ਜਾਣਾ ਸੀ ਉਸ ਤੋਂ ਪਹਿਲੀ ਸ਼ਾਮ ਰਾਜੂ ਨੇ ਆਪੇ ਹੀ ਦੁਬਾਰਾ ਗੱਲ ਛੇੜੀ, 'ਮੈਂ ਤੁਹਾਨੂੰ ਦੱਸਿਆ ਸੀ ਨਾ ਮੈਨੂੰ ਤੇ ਪੈਮੀ ਨੂੰ ਮਿੱਟੀ ਦੇ ਗੁੱਡੀਆਂ ਗੁੱਡੇ ਬਣਾਉਂਦਿਆਂ ਵੇਖਕੇ ਉਹਦੇ ਪਾਪਾ ਬਹੁਤ ਗੁੱਸੇ ਹੋ ਗਏ ਸਨ, ਪਰ ਪੂਰੀ ਗੱਲ ਤਾਂ ਮੈਂ ਤੁਹਾਨੂੰ ਦੱਸੀ ਹੀ ਨਹੀਂ, ਅਸਲ ਵਿਚ ਕਸੂਰ ਮੇਰਾ ਹੀ ਸੀ.....'

ਅੱਗੋਂ ਰਾਜੂ ਹੱਸਣ ਲੱਗਦਾ ਤੇ ਹੱਸਦਾ ਹੀ ਰਿਹਾ। ਉਹਨੂੰ ਤੇ ਦੀਪੂ ਨੂੰ ਉਤਸੁਕਤਾ ਹੋ ਰਹੀ ਸੀ। ਆਖ਼ੀਰ ਉਹਨੇ ਕਿਹਾ, 'ਹੁਣ ਦੱਸ ਵੀ, ਉਂਜ

ਮੈਨੂੰ ਤੇ ਉਸ ਦਿਨ ਵੀ ਪਤਾ ਲੱਗਾ ਸੀ ਕਿ ਗੱਲ ਸਿਰਫ਼ ਏਨੀ ਨਹੀਂ, ਗੱਲ ਕੁਝ ਹੋਰ ਹੀ ਹੋਈ ਹੋਵੇਗੀ।'

ਰਾਜੂ ਹਾਸਾ ਰੋਕਦਾ ਬੋਲਿਆ, 'ਫਿਰ ਕੀ ਅੰਦਾਜ਼ਾ ਸੀ ਤੇਰਾ, ਕੀ ਗੱਲ ਹੋ ਸਕਦੀ ਏ।'

'ਗੱਲ ਦਾ ਤਾਂ ਅੰਦਾਜ਼ਾ ਨਹੀਂ, ਬਸ ਏਨਾ ਹੀ ਲੱਗਦਾ ਸੀ ਕਿ ਗੱਲ ਕੁਝ ਸੀ ਜ਼ਰੂਰ।'

ਰਾਜੂ ਫਿਰ ਹੱਸਣ ਲੱਗਾ। ਹੱਸਦਾ ਹੱਸਦਾ ਹੀ ਬੋਲਿਆ, 'ਅਸਲ ਵਿਚ ਕਸੂਰ ਮੇਰਾ ਹੀ ਸੀ। ਮੈਂ ਗੁੱਡੀਆਂ-ਗੁੱਡਿਆਂ ਦੇ ਉਹ ਦੂਸਰੇ ਅੰਗ ਵੀ ਬਣਾ ਦਿੱਤੇ ਸਨ।' ਏਨਾ ਕਹਿ ਕੇ ਰਾਜੂ ਤਾਂ ਫਿਰ ਹੱਸਣ ਲੱਗਾ, ਪਰ ਦੀਪੂ ਤੇ ਉਹ ਸ਼ਰਮਿੰਦੇ ਜਿਹੇ ਹੋ ਗਏ। ਦੀਪੂ ਨੇ ਵੀ ਇਕ ਵਾਰੀ ਹੱਸਣ ਦੀ ਕੋਸ਼ਿਸ਼ ਕੀਤੀ, ਪਰ ਉਹਦੇ ਵੱਲ ਵੇਖ ਕੇ ਉਹ ਵੀ ਚੁੱਪ ਹੋ ਗਿਆ। ਬਹੁਤ ਸਾਰੇ ਗੰਡੋਏ ਜਿਵੇਂ ਇਕਦਮ ਨਿਕਲ ਆਏ ਹੋਣ। ਇਸ ਇਕ ਗੱਲ ਨਾਲ ਜਿਵੇਂ ਉਹਦੇ ਕੋਲੋਂ ਬਹੁਤ ਦੂਰ ਚਲਾ ਗਿਆ ਹੋਵੇ। ਦੋਸਤੀ ਦੇ ਬਾਕੀ ਸਾਰੇ ਆਧਾਰ ਜਿਵੇਂ ਇਕਦਮ ਤਿੜਕ ਗਏ ਹੋਣ। ਉਸ ਸ਼ਾਮ ਹੇਠੋਂ ਪੈਣ ਵਾਲੀ ਸਭ ਤੋਂ ਪਹਿਲੀ ਆਵਾਜ਼ ਉੱਤੇ ਉਹ ਤਿੰਨੇ ਹੀ ਝਟਪਟ ਉੱਠ ਕੇ ਹੇਠਾਂ ਦੌੜ ਗਏ, ਜਦੋਂ ਕਿ ਅੱਗੇ ਉਹ ਵੱਧ ਤੋਂ ਵੱਧ ਚਿਰ ਤਕ ਉਸ ਆਵਾਜ਼ ਨੂੰ ਅਣਗੌਲਿਆਂ ਕਰਨ ਦੀ ਕੋਸ਼ਿਸ਼ ਕਰਦੇ ਸਨ।

ਉਸ ਰਾਤ ਸੌਣ ਲੱਗਿਆਂ ਉਹਨੇ ਸੋਚਿਆ ਉਨ੍ਹਾਂ ਅੰਗਾਂ ਨੂੰ ਬਣਾਉਣ ਤੋਂ ਪਹਿਲਾਂ ਰਾਜੂ ਦੇ ਪੈਮੀ ਨਾਲ ਖੇਡਣ ਉੱਤੇ ਕੋਈ ਪਾਬੰਦੀ ਨਹੀਂ ਸੀ, ਉਨ੍ਹਾਂ ਅੰਗਾਂ ਦੇ ਜ਼ਿਕਰ ਤੋਂ ਪਹਿਲਾਂ ਉਹਦੇ ਮਨ ਵਿਚ ਵੀ ਰਾਜੂ ਵਾਸਤੇ ਕੋਈ ਤਰੇੜ ਨਹੀਂ ਸੀ—ਉਸ ਜ਼ਿਕਰ ਤੋਂ ਪਹਿਲੋਂ ਉਹ ਤੇ ਰਾਜੂ ਬਰਾਬਰ ਹੀ ਤਾਂ ਸਨ, ਪਰ ਉਹ ਜ਼ਿਕਰ ਜਿਵੇਂ ਉਹਨਾਂ ਦੇ ਵੱਖੋ-ਵੱਖਰੇ ਹੋਣ ਵੱਲ ਇਸ਼ਾਰਾ ਸੀ। ਉਹਨੂੰ ਉਸ ਸਭ ਕੁਝ ਤੋਂ ਨਫ਼ਰਤ ਹੋਣ ਲੱਗੀ, ਜਿਹੜਾ ਉਹਨੂੰ ਉਨ੍ਹਾਂ ਸਭ ਨਾਲੋਂ ਵੱਖ ਕਰਦਾ ਸੀ। ਜਿਹੜੇ ਪਹਿਲੋਂ ਬਰਾਬਰ ਸਨ—ਤਾਂ ਕਿ ਕਿਸੇ ਦਿਨ ਸਭ ਨਾਲੋਂ ਹੀ ਨਿੱਖੜ ਜਾਣਾ ਪਏਗਾ। ਸਿਰਫ਼ ਇਸ ਇਕ ਗੱਲ ਬਦਲੇ।

ਸਵੇਰੇ ਉਹਦੀ ਜਾਗ ਖੁੱਲੀ ਤਾਂ ਵੇਖਿਆ ਰਾਜੂ ਤੇ ਉਹਦੇ ਮਾਤਾ ਜੀ ਜਾਣ ਵਾਸਤੇ ਤਿਆਰ ਹੋ ਰਹੇ ਸਨ। ਉਹਦੇ ਸਕੂਲ ਜਾਣ ਤੋਂ ਪਹਿਲਾਂ ਹੀ

ਉਨ੍ਹਾਂ ਨੇ ਤੁਰ ਪੈਣਾ ਸੀ। ਉਹ ਤੁਰਨ ਲੱਗੇ ਤਾਂ ਚਾਚੀ ਜੀ, ਚੇਤੀ, ਆਪਣੇ ਬੀਜੀ ਅਤੇ ਵੱਡੀ ਭੈਣ ਨਾਲ ਉਹ ਤੇ ਦੀਪੂ ਵੀ ਉਨ੍ਹਾਂ ਨੂੰ ਹੇਠਾਂ ਦਰਵਾਜ਼ੇ ਤਕ ਛੱਡਣ ਜਾਣ ਵਾਸਤੇ ਉੱਤਰੇ। ਇੰਞ ਜਾਪ ਰਿਹਾ ਸੀ, ਜਿਵੇਂ ਰਾਜੂ ਜਾਣ ਵਿਚ ਬਹੁਤ ਖ਼ੁਸ਼ ਹੋਵੇ। ਉਹ ਹੱਸਦਾ ਹੱਸਦਾ ਟਾਂਗੇ ਵਿਚ ਬੈਠ ਗਿਆ। ਟਾਂਗਾ ਤੁਰ ਵੀ ਪਿਆ ਤੇ ਉਹ ਸਾਰੇ ਉਥੇ ਹੀ ਖੜੇ ਰਹੇ। ਗਲੀ ਦੇ ਮੋੜ ਕੋਲ ਜਾ ਕੇ ਰਾਜੂ ਨੇ ਇਕ ਵਾਰੀ ਪਿਛਾਂਹ ਵੇਖ ਕੇ, ਮੁਸਕਰਾ ਕੇ ਹੱਥ ਹਿਲਾਇਆ। ਫਿਰ ਝਟਪਟ ਟਾਂਗਾ ਮੋੜ ਮੁੜ ਗਿਆ। ਵਾਪਸ ਤੁਰੇ ਆਉਂਦਿਆਂ ਚਾਚੀ ਜੀ ਬੋਲੇ।

'ਬਹੁਤ ਸੁਹਣਾ ਤਗੜਾ ਜਵਾਨ ਨਿਕਲੇਗਾ ਰਾਜਿੰਦਰ।'

ਇਕ ਪਲ ਤਾਂ ਉਹਨੂੰ ਸਮਝ ਨਾ ਲੱਗੀ ਕਿ ਚਾਚੀ ਜੀ ਨੇ ਕਿਸ ਦਾ ਜ਼ਿਕਰ ਕੀਤਾ ਸੀ। ਫਿਰ ਸਮਝ ਲੱਗਦਿਆਂ ਹੀ ਉਹਨੂੰ ਚਾਚੀ ਜੀ ਉੱਤੇ ਬੇਹਦ ਖਿਝ ਆਈ। ਕੁਝ ਤਾਂ ਉਹਨਾਂ ਦੇ ਸੁਹਣਾ ਤੇ ਜਵਾਨ ਸ਼ਬਦ ਵਰਤਣ ਉੱਤੇ, ਕੁਝ ਰਾਜੂ ਨੂੰ ਰਾਜਿੰਦਰ ਕਹਿਣ ਉੱਤੇ ਤੇ ਕੁਝ ਏਨੀ ਗੱਲ ਕਹਿਕੇ ਉਹਦੇ ਵੱਲ ਵੇਖਣ ਉੱਤੇ!

ਪਰ ਉਸ ਦਿਨ ਸਕੂਲ ਜਾ ਕੇ ਉਹਨੂੰ ਜਾਪਿਆ, ਜਿਵੇਂ ਉਹਦਾ ਦਿਲ ਉਦਾਸ ਹੋਏ।

••••

ਮੌਸਮ ਫਿਰ ਬਦਲ ਰਿਹਾ ਸੀ, ਜਦੋਂ ਉਹਨੂੰ ਜ਼ਿੰਦਗੀ ਦਾ ਦੂਸਰਾ ਹਰਾ ਸੁਪਨਾ ਆਇਆ।

ਸਭ ਤੋਂ ਉਪਰਲੇ ਕੋਠੇ ਉੱਤੇ ਜਾਕੇ ਉਹਨੇ ਖਿੜਕੀ ਖੋਹਲ ਕੇ ਵੇਖਿਆ ਪੁਰਾਣਾ ਮੌਸਮ ਆਪਣੀਆਂ ਦਰੀਆਂ ਸਮੇਟ ਰਿਹਾ ਸੀ ਅਤੇ ਤੰਬੂਆਂ ਦੀਆਂ ਕਿੱਲੀਆਂ ਉਖੇੜ ਰਿਹਾ ਸੀ! ਨਵੇਂ ਮੌਸਮ ਨੇ ਆਪਣੀ ਆਮਦ ਦੇ ਨਿਸ਼ਾਨ ਰੁੱਖਾਂ ਦੀਆਂ ਟਹਿਣੀਆਂ ਉਤੇ ਟੰਗ ਦਿੱਤੇ ਸਨ। ਕਰੂੰਬਲਾਂ ਫੁੱਟ ਰਹੀਆਂ ਸਨ। ਦੂਰ ਕਿਧਰੇ ਕੋਈ ਗਾ ਰਿਹਾ ਸੀ, ਇਕ ਅਜਿਹਾ ਗੀਤ ਜੋ ਪਹਿਲਾਂ ਕਦੀ ਕਿਸੇ ਨੇ ਨਹੀਂ ਸੀ ਸੁਣਿਆ। ਉਹ ਗੀਤ ਜੋ ਹਰ ਬੰਦੇ ਲਈ ਇਕ ਵਾਰ ਜ਼ਰੂਰ ਗਾਇਆ ਜਾਂਦਾ ਹੈ, ਨਵੇਂ ਬੋਲਾਂ ਨਾਲ, ਨਵੀਂ ਧੁਨੀ ਵਿਚ। ਉਹਨੂੰ ਜਾਪ ਰਿਹਾ ਸੀ, ਜਿਵੇਂ ਹੁਣੇ ਉਹਦੇ ਸਾਹਮਣੇ ਕੋਈ ਰੱਹਸ ਖੁੱਲ੍ਹਣ ਜਾ ਰਿਹਾ ਹੋਵੇ। ਕੋਠੇ ਦੇ ਬਨੇਰੇ ਦੀ ਤਿੜਕੀ ਹੋਈ ਇੱਟ ਵਿਚ ਉੱਗੀ

ਨਿੱਕੀ ਜਿਹੀ ਪੱਤੀ ਵਿਚ ਵੀ ਡੂੰਘਾ ਭੇਦ ਲੁਕਿਆ ਹੋਇਆ ਜਾਪ ਰਿਹਾ ਸੀ।

ਉਹਨੇ ਸੋਚਿਆ ਇਸ ਨਵੇਂ ਸੁਪਨੇ ਦਾ ਸੰਬੰਧ ਜ਼ਰੂਰ ਕਿਸੇ ਨਾ ਕਿਸੇ ਨਾਲ ਹੋਵੇਗਾ। ਪਰ ਕਿਹਦੇ ਨਾਲ? ਉਹਨੂੰ ਸਮਝ ਨਹੀਂ ਸੀ ਲੱਗ ਰਹੀ। ਫਿਰ ਉਹਨੇ ਸੋਚਿਆ ਕਿ ਉਹ ਆਪੇ ਹੀ ਕਿਉਂ ਨਾ ਸੁਪਨੇ ਦਾ ਸੰਬੰਧ ਕਿਸੇ ਨਾਲ ਜੋੜ ਲਏ। ਕਹਾਣੀਆਂ ਦੇ ਕਿਰਦਾਰਾਂ ਨਾਲ? ਨਹੀਂ, ਉਹਨਾਂ ਦਾ ਸੰਬੰਧ ਤਾਂ ਉਹਦੇ ਦੂਸਰਿਆਂ ਸੁਪਨਿਆਂ ਨਾਲ ਸੀ, ਇਸ ਹਰੇ ਸੁਪਨੇ ਨਾਲ ਨਹੀਂ। ਬੇਲੀ ਨਾਲ? ਨਹੀਂ, ਬੇਲੀ ਦਾ ਸੰਬੰਧ ਸਿਰਫ਼ ਉਹਦੀਆਂ ਖੇਡਾਂ ਨਾਲ ਸੀ, ਇਸ ਸੁਪਨੇ ਨਾਲ ਨਹੀਂ। ਰਾਜੂ ਨਾਲ? ਨਹੀਂ ਨਹੀਂ, ਰਾਜੂ ਬਾਰੇ ਤਾਂ ਸੋਚਿਆ ਹੀ ਨਹੀਂ ਜਾ ਸਕਦਾ। ਜਿਸ ਬੰਦੇ ਬਾਰੇ ਸੋਚਦਿਆਂ ਹੀ ਗੰਡੋਏ ਰੀਂਗ ਉੱਠਣ, ਉਹਦਾ ਸੰਬੰਧ ਇਸ ਸੁਪਨੇ ਨਾਲ ਨਹੀਂ ਹੋ ਸਕਦਾ। ਤਾਂ ਫਿਰ ਮਾਸਟਰ ਜੀ ਨਾਲ? ਮਾਸਟਰ ਜੀ ਬਾਰੇ ਸੋਚਦਿਆਂ ਇੰਝ ਜਾਪਿਆ, ਜਿਵੇਂ ਇਕ ਹਰੇ ਭਰੇ ਰੁੱਖ ਦੀ ਛਾਂ ਉਹਦੇ ਸਿਰ ਉੱਤੇ ਤਣ ਗਈ ਹੋਏ। ਜਿਵੇਂ ਉਹਦਾ ਸਾਰਾ ਵਜੂਦ ਇਕ ਛਾਂ ਦੀ ਓਟ ਵਿਚ ਆ ਗਿਆ ਹੋਏ।

ਉਹਨੂੰ ਜਾਪਿਆ ਜਿਵੇਂ ਮਨੁੱਖਾਂ ਦੀ ਭੀੜ ਵਿਚ ਮਾਸਟਰ ਜੀ ਇਕੱਲੇ ਹੀ ਫ਼ਰਿਸ਼ਤੇ ਹੋਣ ਜਾਂ ਫਿਰ ਕਠਪੁਤਲੀਆਂ ਦੇ ਦੇਸ਼ ਵਿਚ ਮਾਸਟਰ ਜੀ ਇਕ ਇਕੱਲੇ ਹੀ ਇਨਸਾਨ ਹੋਣ। ਜਿਵੇਂ ਇਕ ਬੰਦੇ ਦੇ ਨਾਮ ਬਿਨਾਂ ਦੁਨੀਆ ਦੇ ਬਾਕੀ ਸਾਰੇ ਸ਼ਬਦ ਅਰਥਹੀਨ ਹੋਣ। ਕਾਇਨਾਤ ਦੀ ਗਰਦਸ਼ ਦਾ ਧੁਰਾ ਜਿਵੇਂ ਇਕੋ ਆਕਾਰ ਹੋਵੇ। ਹਰ ਕਾਰਜ ਦਾ ਮੰਤਵ ਜਿਵੇਂ ਉਹੀ ਇਕ ਹੋਂਦ ਹੋਵੇ। ਉਸ ਦੇਹ ਬਿਨਾਂ ਜਿਵੇਂ ਉਹਦੀ ਆਪਣੀ ਦੇਹ ਅਧੂਰੀ ਹੋਵੇ। ਉਹਦੇ ਹੋਣ ਦਾ ਕਾਰਨ ਹੀ ਦੂਸਰੇ ਦੀ ਹੋਂਦ ਹੋਵੇ।

ਤੂੰ ਵੀ ਮੈਂ ਹੈਂ। ਤੇਰੇ ਤੇ ਮੇਰੇ ਨਾਲ, ਮੇਰਾ ਮੈਂ ਵਿਸ਼ਾਲ ਹੈ.....ਸਾਰੀ ਕਾਇਨਾਤ ਵਿਚ ਤੂੰ ਹੈਂ, ਇਸ ਲਈ ਮੈਂ ਹਾਂ..... ਮੈਂ ਵਿਸ਼ਾਲ ਹਾਂ.... ਮੈਂ ਆਸਮਾਨ ਹਾਂ.... ਮੈਂ ਕਾਇਨਾਤ ਹਾਂ.... ਮੈਂ ਸ੍ਰਿਸ਼ਟੀ ਦੇ ਹਰ ਕਾਰਜ ਦਾ ਧੁਰਾ ਹਾਂ.... ਤੂੰ ਹੈਂ ਤਾਂ ਮੈਂ ਜ਼ਿੰਦਗੀ ਦਾ ਸਿਰਜਣਾ-ਬਿੰਦੂ ਹਾਂ—ਮੈਂ ਸਿਰਜਣਹਾਰ ਹਾਂ।

ਹੁਣ ਉਹਦਾ ਹਰ ਦਿਨ ਕਿਸੇ ਨੂੰ ਵੇਖਣ ਦੀ ਚਾਹ ਨਾਲ ਸ਼ੁਰੂ ਹੁੰਦਾ ਸੀ। ਹੁਣ ਉਹਦੀ ਹਰ ਸ਼ਾਮ ਅਗਲੀ ਸਵੇਰ ਦੀ ਉਡੀਕ ਵਿਚ ਮੁੱਕਦੀ ਸੀ

। ਹੁਣ ਉਹਦਾ ਮਨ ਖੇਡਣ ਤੋਂ ਉਚਾਟ ਹੋ ਗਿਆ ਸੀ ਤੇ ਪੜ੍ਹਨ ਵਿਚ ਲੱਗਣ ਲਗ ਗਿਆ ਸੀ। ਉਸ ਇਕ ਬੰਦੇ ਨੂੰ ਚਾਹੁੰਦੇ ਹੋਣ ਕਾਰਨ ਉਹਨੂੰ ਆਪਣਾ ਆਪ ਮਹੱਤਵਪੂਰਨ ਜਾਪਣ ਲੱਗ ਗਿਆ ਸੀ। ਇਸ ਕਰਕੇ ਉਹਨੂੰ ਜਾਪਦਾ ਸੀ ਕਿ ਏਡੇ ਮਹੱਤਵਪੂਰਨ ਬੰਦੇ ਨੂੰ ਖੇਡਣ ਕੁੱਦਣ ਦੇ ਅਤੇ ਉੱਛਲ ਕੁੱਦ ਦੇ ਕੰਮ ਸੋਭਦੇ ਨਹੀਂ। ਉਸਨੂੰ ਤਾਂ ਪੜ੍ਹਨ ਲਿਖਣ ਦਾ ਗੰਭੀਰ ਕੰਮ ਹੀ ਸੋਭਦਾ ਹੈ। ਕਿਸੇ ਨੇ ਵੀ ਉਹਦੇ ਵਿਚ ਅਚਾਨਕ ਆ ਗਈ ਇਸ ਤਬਦੀਲੀ ਵੱਲ ਗ਼ੌਰ ਨਾ ਕੀਤਾ। ਸਭ ਨੇ ਸਮਝਿਆ ਪੜ੍ਹਨ ਵਿਚ ਰਾਤ ਦਿਨ ਰੁੱਝੇ ਰਹਿਣ ਦਾ ਕਾਰਨ ਇਮਤਿਹਾਨਾਂ ਦਾ ਨੇੜੇ-ਨੇੜੇ ਆ ਗਏ ਹੋਣਾ ਹੋਏਗਾ।

ਕਲਾਸ ਵਿਚ ਉਹਦੀਆਂ ਨਜ਼ਰਾਂ ਦੋ ਪਤਲੇ ਲੰਮੇ ਤੇ ਸਾਉਲੇ ਹੱਥਾਂ ਦੀ ਹਰਕਤ ਉੱਤੇ ਟਿੱਕੀਆਂ ਰਹਿੰਦੀਆਂ ਤੇ ਕੰਨ ਉਨ੍ਹਾਂ ਦੀ ਆਵਾਜ਼ ਨੂੰ ਗ਼ੌਰ ਨਾਲ ਸੁਣਦੇ ਰਹਿੰਦੇ। ਪਹਿਲੋਂ ਉਹਦਾ ਧਿਆਨ ਕਲਾਸ ਵਿਚੋਂ ਇਧਰ ਉਧਰ ਚਲਾ ਜਾਇਆ ਕਰਦਾ ਸੀ, ਪਰ ਹੁਣ ਉਸ ਆਵਾਜ਼ ਦੁਆਰਾ ਬੋਲਿਆ ਹੋਇਆ ਇਕ ਸ਼ਬਦ ਵੀ ਅਣਸੁਣਿਆਂ ਕਰਨਾ ਉਹਨੂੰ ਮਨਜ਼ੂਰ ਨਹੀਂ ਸੀ। ਉਹ ਜੋ ਵੀ ਪੜ੍ਹਾਉਂਦੇ, ਬਿਨਾਂ ਕਿਤਾਬ ਵਿਚੋਂ ਦੁਹਰਾਇਆ ਉਹਨੂੰ ਸਾਰੇ ਦਾ ਸਾਰਾ ਯਾਦ ਹੋ ਜਾਂਦਾ।

ਘਰ ਜਾ ਕੇ ਵੀ ਉਨ੍ਹਾਂ ਦਾ ਕਲਾਸ ਵਿਚ ਜਾਂ ਕਲਾਸ ਤੋਂ ਬਾਹਰ ਬੋਲਿਆ ਇਕ ਇਕ ਸ਼ਬਦ ਉਹਨੂੰ ਚੇਤੇ ਆਉਂਦਾ ਰਹਿੰਦਾ। ਬੈਠਿਆਂ, ਤੁਰਦਿਆਂ, ਕਿਸੇ ਨਾਲ ਗੱਲ ਕਰਦਿਆਂ ਉਹਨਾਂ ਦੀਆਂ ਮੁਦਰਾਵਾਂ ਉਹਦੇ ਕੋਲੋਂ ਬਦੋਬਦੀ ਦੁਹਰਾਈਆਂ ਜਾਂਦੀਆਂ। ਹਰ ਪਲ, ਹਰ ਘੜੀ ਉਨ੍ਹਾਂ ਦੇ ਹੋਣ ਦਾ ਅਹਿਸਾਸ ਉਹਦੇ ਨਾਲ ਨਾਲ ਰਹਿੰਦਾ।

ਜਿੱਥੇ ਉਹ ਬੈਠਦੇ ਸਨ, ਉਹ ਕੁਰਸੀ ਉਹਨੂੰ ਪਵਿੱਤਰ ਜਾਪਦੀ। ਹਰ ਭਾਸ਼ਾ ਦੀ ਵਰਣਮਾਲਾ ਵਿਚ ਉਹਨੂੰ ਉਹ ਅੱਖਰ ਸਭ ਤੋਂ ਮਹੱਤਵਪੂਰਨ ਜਾਪਦਾ ਜਿਹਦੇ ਨਾਲ ਉਨ੍ਹਾਂ ਦਾ ਨਾਂ ਸ਼ੁਰੂ ਹੁੰਦਾ ਸੀ। ਘਰ ਬੈਠ ਕੇ ਪੜ੍ਹਦਿਆਂ ਜਦੋਂ ਉਹਨੂੰ ਅਗਲੀ ਸਵੇਰ ਬਹੁਤ ਦੂਰ ਜਾਪਣ ਲੱਗ ਜਾਂਦੀ ਤਾਂ ਉਹ ਤਸਵੀਰ ਉਹਦਾ ਆਸਰਾ ਬਣਦੀ ਜਿਹੜੀ ਉਹਨੇ ਆਪ ਹੀ ਇਕ ਦਿਨ ਬਣਾਈ ਸੀ ਅਤੇ ਫਿਰ ਲੁਕਾ ਦਿੱਤੀ ਸੀ। ਇਕ ਦਿਨ ਤਸਵੀਰ ਵੇਖਣ ਲੱਗਿਆਂ ਉਹਨੇ ਉਹ ਤਸਵੀਰ ਕੱਢ ਕੇ ਪਾੜ ਦੇਣੀ ਚਾਹੀ, ਜਿਹੜੀ ਪਹਿਲਾ ਉਹਨੇ ਪਿਛਲੇ ਬਦਲਦੇ ਹੋਏ ਮੌਸਮ ਵਿਚ ਲੁਕਾਈ ਸੀ, ਪਰ ਫਿਰ ਕੁਝ ਸੋਚਕੇ ਉਹ ਤਸਵੀਰ ਵੀ ਉਥੇ ਹੀ ਰਹਿਣ ਦਿੱਤੀ।

ਕਦੀ ਕਦੀ ਉਹਦਾ ਮਨ ਬਿਨਾਂ ਕਾਰਨ ਹੀ ਬੇਹੱਦ ਖ਼ੁਸ਼ ਹੋ ਉੱਠਦਾ। ਉਸ ਵੇਲੇ ਉਹਦਾ ਜੀਅ ਉੱਚੀ-ਉੱਚੀ ਗਾਉਣ ਨੂੰ, ਉੱਚੀ-ਉੱਚੀ ਹੱਸਣ, ਦੂਰ-ਦੂਰ ਘੁੰਮਣ ਜਾਣ ਨੂੰ ਤੇ ਪਹਿਲੋਂ ਵਾਂਗੂੰ ਸ਼ਰਾਰਤਾਂ ਕਰਨ ਨੂੰ, ਸ਼ੋਰ ਕਰਨ ਨੂੰ ਕਰਦਾ। ਪਰ ਕਦੀ ਕਦੀ ਉਹਦਾ ਮਨ ਬਿਨਾਂ ਕਾਰਨ ਹੀ ਰੋਣ ਨੂੰ ਤੇ ਰੋਈ ਜਾਣ ਨੂੰ ਕਰਦਾ। ਉਸ ਵੇਲੇ ਉਹਨੂੰ ਜਾਪਦਾ, ਉਹਨੇ ਕਿਸੇ ਦਿਨ ਸੰਨਿਆਸੀ ਹੋ ਜਾਣਾ ਹੈ—ਸੱਚਮੁਚ ਗੌਤਮ ਬੁੱਧ—ਪਰ ਦੁਨੀਆ ਵਾਸਤੇ ਕੁਝ ਲੱਭਣ ਦੇ ਭਾਵ ਨਾਲ ਨਹੀਂ, ਸਿਰਫ਼ ਦੁਨੀਆ ਤਿਆਗ ਦੇਣ ਦੇ ਭਾਵ ਨਾਲ—ਸੁੰਨਸਾਨ ਜੰਗਲਾਂ ਵਿਚ ਭਟਕਣ ਵਾਸਤੇ।

ਇਕ ਦਿਨ ਇਸੇ ਮਨੋ-ਸਥਿਤੀ ਵਿਚ, ਛੁੱਟੀ ਤੋਂ ਬਾਅਦ ਉਹਨੇ ਘਰ ਜਾਣ ਦੀ ਥਾਂ, ਪਿੰਡੋਂ ਬਾਹਰਵਾਰ, ਮਰਾਸੀਆਂ ਦੇ ਖੋਲਿਆਂ ਵਿਚ ਪਨਾਹ ਲਈ। ਮਰਾਸੀਆਂ ਦੇ ਦੇਸ਼ ਛੱਡ ਜਾਣ ਪਿੱਛੋਂ ਉਨ੍ਹਾਂ ਦੇ ਬੇਆਬਾਦ ਕੱਚੇ ਕੋਠੇ ਢਹਿ ਕੇ ਖੋਲੇ ਬਣ ਚੁੱਕੇ ਸਨ। ਕਿਸ ਕੋਠੇ ਦੀਆਂ ਇਕ ਜਾਂ ਦੋ ਕੰਧਾਂ ਖੜੀਆਂ ਸਨ ਤੇ ਕਿਸੇ ਵਲਗਣ ਦੀ ਅੱਧ-ਪਚੱਧੀ ਕੰਧ ਖੜੀ ਸੀ। ਇਕ ਕੰਧ ਦੀ ਓਟ ਵਿਚ ਬੈਠਦਿਆਂ ਉਹਨੇ ਕਲਪਨਾ ਕੀਤੀ, ਜਿਵੇਂ ਉਹ ਘਣੇ ਜੰਗਲ ਦੇ ਵਿਚ ਹੋਵੇ—ਸਮਾਧੀ ਮਗਨ—ਇਨਸਾਨੀ ਵੱਸੋਂ ਦੀ ਪਹੁੰਚ ਤੋਂ ਦੂਰ— ਨਿਰਲੇਪ—ਮਗਨ— ਮੋਹ ਮਮਤਾ ਦੇ ਜੰਜਾਲਾਂ ਤੋਂ ਪਰ੍ਹੇ—ਨਾਮ, ਜਾਤ, ਨਸਲ, ਲਿੰਗ, ਕੌਮ ਦੇ ਠੱਪਿਆਂ ਤੋਂ ਮੁਕਤ, ਇਕ ਆਜ਼ਾਦ ਹਸਤੀ—ਆਪਣੇ ਆਪ ਤੋਂ ਪੂਰਨ। ਉਹਦੇ ਗਿਆਨ ਨੇਤਰ ਬਸ ਖੁੱਲਣ ਹੀ ਵਾਲੇ ਹੋਣ, ਗਿਆਨ ਪ੍ਰਾਪਤ ਹੋਣ ਹੀ ਲੱਗਾ ਹੋਵੇ, ਤਦੇ ਉਹਨੇ ਵਲਗਣ ਦੀ ਕੰਧ ਤੋਂ ਇਕ ਸਿਰ ਨੂੰ ਝਾਕਦਿਆਂ ਵੇਖਿਆ। ਝਾਕਣ ਵਾਲੇ ਦੀਆਂ ਸਿਰਫ਼ ਅੱਖਾਂ ਹੀ ਦਿਸ ਰਹੀਆਂ ਸਨ—ਮੋਟੀਆਂ ਮੋਟੀਆਂ ਲਾਲ ਅੱਖਾਂ—ਡਰਾਉਣੀ ਲਿਸ਼ਕ ਵਿਚ ਲਿਸ਼ਕ ਰਹੀਆਂ। ਉਹਨਾਂ ਤੋਂ ਪਤਾ ਲੱਗਦਾ ਸੀ ਕਿ ਇਹਨਾਂ ਅੱਖਾਂ ਵਾਲਾ ਜ਼ਰੂਰ ਹੱਸ ਰਿਹਾ ਹੋਏਗਾ, ਇੰਝ ਜਿਵੇਂ ਕੋਈ ਲਾਲਚੀ ਬੰਦਾ ਪਕਵਾਨਾਂ ਦੇ ਪਰੋਸੇ ਹੋਏ ਥਾਲ ਵੇਖ ਕੇ ਹੱਸਦਾ ਹੋਏਗਾ। ਉਹਦਾ ਦਿਲ ਦਹਿਲ ਉੱਠਿਆ। ਉਸ ਪਲ, ਉਸ ਘੜੀ ਇਲਹਾਮ ਹੋ ਜਾਣ ਵਾਂਗੂ ਉਹਨਾਂ ਨੂੰ ਅਹਿਸਾਸ ਹੋ ਗਿਆ ਕਿ ਉਹ ਪੀਡੇ ਹੱਥ ਜਿਨ੍ਹਾਂ ਨੇ ਵਲਗਣ ਦੀ ਕੰਧ ਨੂੰ ਫੜਿਆ ਹੋਇਆ ਹੈ, ਕਰੂੰਬਲਾਂ ਨੂੰ ਮਧੋਲਣਾ ਚਾਹੁੰਦੇ ਹਨ। ਉਹਨੂੰ ਕਦੀ ਕਿਸੇ ਨੇ ਦੱਸਿਆ ਨਹੀਂ ਸੀ, ਪਰ ਉਸ ਪਲ ਉਹਨੂੰ ਆਪੇ ਹੀ ਪਤਾ ਲੱਗ ਗਿਆ ਕਿ ਉਹਨੇ ਹਰ ਹਾਲਤ ਵਿਚ ਕਰੂੰਬਲਾਂ

ਨੂੰ ਮਧੋਲੇ ਜਾਣ ਤੋਂ ਬਚਾਉਣਾ ਹੈ।

ਵਲਗਣ ਦੇ ਦੂਸਰੇ ਸਿਰੇ ਤੋਂ ਸਕੂਲ ਵੱਲ ਦੌੜੇ ਜਾਂਦਿਆਂ ਉਹਦਾ ਮਨ ਚਾਹ ਰਿਹਾ ਸੀ ਕਿ ਮਾਸਟਰ ਜੀ ਅਜੇ ਸਕੂਲ ਵਿਚ ਹੀ ਹੋਣ—ਬਸ ਇਕ ਵਾਰੀ ਉਹ ਉਨ੍ਹਾਂ ਨੂੰ ਵੇਖ ਲਏ—ਜ਼ਿੱਲਤ ਭਰਿਆ ਲਿਜ਼ਲਿਜ਼ਾ ਅਹਿਸਾਸ, ਜੋ ਪਲ ਦੀ ਪਲ ਵਿਚ ਉਹਦੇ ਦੁਆਲੇ ਲਿਪਟ ਗਿਆ ਸੀ, ਉਹਦੇ ਤੋਂ ਛੁਟਕਾਰਾ ਮਿਲ ਜਾਏ।

ਸਕੂਲ ਪਹੁੰਚ ਕੇ ਉਹਨੇ ਵੇਖਿਆ ਕਿ ਮਾਸਟਰ ਜੀ ਦਾ ਟਾਂਗਾ ਗਲੀ ਦੇ ਮੋੜ ਵੱਲ ਨੂੰ ਜਾ ਰਿਹਾ ਸੀ। ਉਹ ਟਾਂਗੇ ਵਿਚ ਬੈਠ ਕੇ ਸ਼ਹਿਰ ਜਾਣ ਵਾਲੀ ਬੱਸ ਫੜਨ ਲਈ ਅੱਡੇ ਵੱਲ ਜਾਇਆ ਕਰਦੇ ਸਨ। ਉਨ੍ਹਾਂ ਦੀ ਉਹਨੂੰ ਪਿੱਠ ਦਿਸੀ ਤੇ ਚਿੱਟਾ ਕੋਟ। ਉਸ ਪਲ ਉਹ ਪਿੱਠ ਜਿਵੇਂ ਭਵਸਾਗਰ ਦਾ ਬੇੜਾ ਸੀ। ਉਹ ਦਿੱਸ ਪਈ ਸੀ ਤੇ ਹੁਣ ਉਹਨੂੰ ਕੋਈ ਡਰ ਨਹੀਂ ਸੀ।

ਤੇ ਉਸੇ ਹੀ ਪਲ ਉਹ ਨੂੰ ਅਹਿਸਾਸ ਹੋਇਆ ਕਿ ਉਹਦੇ ਜ਼ਿੰਦਾ ਰਹਿਣ ਵਾਸਤੇ ਦੁਨੀਆ ਵਿਚ ਉਨ੍ਹਾਂ ਦਾ ਵੀ ਕਿਧਰੇ ਨਾ ਕਿਧਰੇ ਹੋਣਾ ਕਿੰਨਾ ਜ਼ਰੂਰੀ ਸੀ।

••••

ਇਮਤਿਹਾਨ ਹੋਏ। ਜ਼ਿੰਦਗੀ ਵਿਚ ਪਹਿਲੀ ਵਾਰੀ ਇੰਝ ਹੋਇਆ ਸੀ ਕਿ ਉਹ ਆਪਣੀ ਕਲਾਸ ਵਿਚ ਪਹਿਲੇ ਨੰਬਰ ਉੱਤੇ ਸੀ।

ਤਦੇ ਪਤਾ ਲੱਗਾ ਕਿ ਪਿਤਾ ਜੀ ਦੀ ਬਦਲੀ ਬਹੁਤ ਕੋਸ਼ਿਸ਼ਾਂ ਦੇ ਬਾਵਜੂਦ ਵੀ ਕਿਉਂ ਨਹੀਂ ਸੀ ਰੁਕ ਸਕੀ, ਇਸ ਕਰਕੇ ਕਿ ਉਨ੍ਹਾਂ ਨੂੰ ਘੱਟੋ-ਘੱਟ ਦੋ ਹੋਰ ਸਾਲ ਉਥੇ ਹੀ ਰਹਿਣਾ ਪਏਗਾ। ਤਦ ਘਰ ਵਿਚ ਫ਼ੈਸਲਾ ਕੀਤਾ ਗਿਆ ਕਿ ਸਾਰਾ ਪਰਿਵਾਰ ਹੁਣ ਉਨ੍ਹਾਂ ਕੋਲ ਉਥੇ ਹੀ ਚਲਾ ਜਾਏਗਾ। ਪਰਿਵਾਰ ਨੂੰ ਇਥੇ ਤਾਂ ਉਨ੍ਹਾਂ ਨੇ ਬਦਲੀ ਰੁਕ ਜਾਣ ਦੀ ਆਸ ਵਿਚ ਛੱਡਿਆ ਹੋਇਆ ਸੀ।

ਤਾਂ ਕੀ ਜਾਣਾ ਪਏਗਾ? ਦੂਰ.... ਸਭ ਕੋਲੋਂ ਦੂਰ....

ਇਕ ਹੂਕ ਜਿਹੀ ਉਹਦੇ ਅੰਦਰ ਹਰ ਵੇਲੇ ਛਿੜੀ ਰਹਿੰਦੀ। ਉਹਨੂੰ ਜਾਪਦਾ ਜਿਵੇਂ ਇਥੋਂ ਤੁਰ ਕੇ ਨਵੇਂ ਸ਼ਹਿਰ ਪਹੁੰਚਣ ਵਾਸਤੇ ਉਹਨੂੰ ਇਕ ਤਪਦੇ ਹੋਏ ਰੇਗਿਸਤਾਨ ਵਿਚੋਂ ਲੰਘ ਕੇ ਜਾਣਾ ਪਏਗਾ। ਪੈਰਾਂ ਦੇ ਛਾਲੇ

ਛਾਲੇ ਹੋ ਉੱਠਣ ਬਾਰੇ ਸੋਚਦਿਆਂ ਹੀ ਉਹਦਾ ਮਨ ਡਰ ਡਰ ਜਾਂਦਾ। ਜਿਸ ਕਿਸੇ ਨੇ ਵੀ ਪਿੱਛੇ ਛੁੱਟ ਜਾਣਾ ਸੀ, ਉਹਦੇ ਵਾਸਤੇ ਮੋਹ ਹੋਰ ਵੀ ਵਧ ਗਿਆ ਸੀ। ਕਲਾਸ ਦੇ ਉਹ ਕੁੜੀਆਂ ਮੁੰਡੇ ਵੀ ਚੰਗੇ ਲੱਗਣ ਲੱਗ ਗਏ ਸਨ, ਜਿਹੜੇ ਪਹਿਲੋਂ ਚੰਗੇ ਨਹੀਂ ਸਨ ਲੱਗਦੇ।

ਬਹੁਤ ਮਨ ਸੀ ਕਿ ਮਾਸਟਰ ਜੀ ਦੀ ਕੋਈ ਨਿਸ਼ਾਨੀ ਨਾਲ ਲੈ ਜਾਏ। ਪਰ ਕੀ? ਇਕ ਦਿਨ ਲਿਖਦਿਆਂ ਹੋਇਆ ਉਨ੍ਹਾਂ ਦੇ ਹੱਥੋਂ ਚਾਕ ਦਾ ਇਕ ਟੁਕੜਾ ਹੇਠਾਂ ਡਿੱਗ ਪਿਆ ਤਾਂ ਉਹਦੀਆਂ ਨਜ਼ਰਾਂ ਕਿੰਨਾ ਹੀ ਚਿਰ ਉਸ ਟੁਕੜੇ ਉੱਤੇ ਟਿਕੀਆਂ ਰਹੀਆਂ। ਛੁੱਟੀ ਤੋਂ ਬਾਅਦ ਉਹਨੇ ਸਭ ਦੇ ਕਮਰੇ ਵਿਚੋਂ ਚਲੇ ਜਾਣ ਦਾ ਇੰਤਜ਼ਾਰ ਕੀਤਾ। ਸਭ ਦੇ ਚਲੇ ਜਾਣ ਦੇ ਬਾਅਦ ਬਲੈਕ ਬੋਰਡ ਕੋਲ ਜਾ ਕੇ ਉਹਨੇ ਉਹ ਟੁਕੜਾ ਚੁੱਕਿਆ ਅਤੇ ਚੁੱਪ ਚਾਪ ਆਪਣੇ ਬੈਗ ਵਿਚ ਰੱਖ ਲਿਆ।

ਤਿਆਰੀਆਂ ਮੁਕੰਮਲ ਹੋ ਚੁੱਕੀਆਂ ਸਨ। ਅਗਲੇ ਦਿਨ ਉਨ੍ਹਾਂ ਨੇ ਤੁਰ ਪੈਣਾ ਸੀ। ਤਦੇ ਬੇਲੀ ਆਇਆ ਤੇ ਹੇਠੋਂ ਆਵਾਜ਼ ਦੇ ਕੇ ਉਹਨੂੰ ਬੁਲਾਇਆ। ਹੇਠਾਂ ਜਾ ਕੇ ਉਹਨੇ ਵੇਖਿਆ ਉਹ ਰੋਣਹਾਕਾ ਹੋਇਆ ਖੜਾ ਸੀ, ਬੋਲਿਆ, 'ਮੈਂ ਸੋਚਿਆ ਸੀ ਤੁਹਾਨੂੰ ਸਟੇਸ਼ਨ ਉਤੇ ਛੱਡਣ ਜਾਊਂਗਾ, ਪਰ ਮੈਨੂੰ ਹੁਣੇ ਚਾਚੇ ਨਾਲ ਜਾਣਾ ਪੈ ਗਿਆ। ਮੈਂ ਬਸ ਨੱਸਦਾ ਨੱਸਦਾ ਨਿਸ਼ਾਨੀ ਦੇਣ ਆਇਆ ਸਾਂ।' ਏਨਾ ਕਹਿ ਕੇ ਉਹਦੇ ਹੱਥ ਵਿਚ ਇਕ ਪੁੜੀ ਫੜਾ ਕੇ ਉਹ ਕਾਹਲੀ ਜਿਹੀ ਵਾਪਿਸ ਮੁੜ ਗਿਆ। ਉਸ ਦਿਨ ਬੇਲੀ ਸਕੂਲ ਨਹੀਂ ਸੀ ਆਇਆ। ਉਹਨੇ ਸੋਚਿਆ ਕਿ ਇਹਨੇ ਜ਼ਰੂਰ ਕਿਸੇ ਕੋਲੋਂ ਸੁਣਿਆ ਹੋਏਗਾ ਕਿ ਕਲਾਸ ਦੇ ਸਾਰੇ ਕੁੜੀਆਂ ਮੁੰਡਿਆਂ ਨੇ ਉਹਨੂੰ ਨਿਸ਼ਾਨੀਆਂ ਦਿੱਤੀਆਂ ਸਨ। ਇਸੇ ਵਾਸਤੇ ਇਹ ਵੀ ਆ ਗਿਆ। ਕੋਠੇ ਉੱਤੇ ਜਾ ਕੇ ਉਹਨੇ ਪੁੜੀ ਖੋਹਲੀ ਤੇ ਹੇਠਾਂ ਇਕ ਹੋਰ ਕਾਗ਼ਜ਼ ਸੀ। ਇੰਞੇ ਹੀ ਤਹਿ-ਦਰ-ਤਹਿ ਕਾਗ਼ਜ਼ ਖੋਹਲਦਿਆਂ ਆਖ਼ਰੀ ਕਾਗ਼ਜ਼ ਖੋਹਲ ਕੇ ਵੇਖਿਆ ਤਾਂ ਬੰਟੇ ਸਨ—ਚਾਰ ਬੰਟੇ —ਵੱਖ ਵੱਖ ਰੰਗਾਂ ਦੇ—ਘਸੇ ਹੋਏ—ਇਕ ਤਾਂ ਥੋੜ੍ਹਾ ਜਿਹਾ ਟੁੱਟਾ ਵੀ ਹੋਇਆ ਸੀ—ਏਨੇ ਦਿਨਾਂ ਤੋਂ ਰੁਕੇ ਹੋਏ ਉਹਦੇ ਅੱਥਰੂ ਵਹਿ ਤੁਰੇ।

ਉਸ ਰਾਤ ਦੂਰੋਂ ਕਿਸੇ ਦੇ ਘਰੋਂ ਆ ਰਹੀ ਚਰਖ਼ੇ ਦੀ ਘੂਕ ਨੇ ਜਦੋਂ ਬੇਹਦ ਬੇਚੈਨ ਕਰ ਦਿੱਤਾ, ਜਦੋਂ ਜਾਪਣ ਲੱਗਾ ਕਿ ਜਿਵੇਂ ਘੂਕ ਸਿੱਧੀ ਦਿਲ ਵਿਚੋਂ ਆ ਰਹੀ ਹੈ ਤਾਂ ਉਹਨੇ ਉਸ ਘੂਕ ਦੀ ਲੈਅ ਉਤੇ ਜ਼ਿੰਦਗੀ ਵਿਚ ਪਹਿਲੀਆਂ,

ਕਵਿਤਾ ਦੀਆਂ ਕੁਝ ਸਤਰਾਂ ਰਚੀਆਂ ।

ਅਗਲੇ ਦਿਨ ਤੁਰਨ ਲੱਗਿਆਂ ਜਦੋਂ ਸਾਮਾਨ ਟਾਂਗੇ ਵਿਚ ਰੱਖਿਆ ਗਿਆ ਤਾਂ ਦਾਦੀ ਜੀ ਨੇ ਉਹਨੂੰ ਆਪਣੇ ਨਾਲ ਘੁੱਟਦਿਆਂ ਹੋਇਆ ਨਸੀਹਤ ਕੀਤੀ । ਪਰ ਨਸੀਹਤ ਦੇ ਸ਼ਬਦ ਉਹਨੂੰ ਰਤਾ ਵੀ ਨਾ ਪੋਹੇ । ਉਹਨੂੰ ਇੰਝ ਜਾਪਿਆ ਜਿਵੇਂ ਉਹ ਸ਼ਬਦ ਉਹਦੇ ਵਾਸਤੇ ਨਾ ਹੋਣ । ਦਾਦੀ ਜੀ ਨੂੰ ਪਤਾ ਹੀ ਨਹੀਂ ਕਿ ਉਹ ਕੌਣ ਹੈ, ਤਾਂ ਉਹ ਉਹਨੂੰ ਨਸੀਹਤ ਕਿਵੇਂ ਤੇ ਕਿਸ ਅਧਿਕਾਰ ਨਾਲ ਕਰ ਸਕਦੇ ਸਨ । ਉਹ ਚਾਹੁੰਦੇ ਹਨ ਉਹ ਵੀ ਚੇਤੀ ਵਾਂਗੂ ਹੋ ਜਾਏ—ਸੀਮਤ–ਸੰਭਾਵਨਾ ਹੀਣ ।

ਗੱਡੀ ਤੁਰ ਪਈ ਤਾਂ ਉਹਦੇ ਮਨ ਵਿਚ ਕਿਸੇ ਨੇ ਆਖਿਆ ਕਿ ਹੁਣ ਭਾਵੇਂ ਤੂੰ ਕਿਤੇ ਵੀ ਜਾ, ਜ਼ਿੰਦਗੀ ਦਾ ਇਹ ਟੋਟਾ, ਜੋ ਤੂੰ ਇਥੇ ਬਿਤਾ ਲਿਆ, ਕਿਸੇ ਨਾ ਕਿਸੇ ਤਰ੍ਹਾਂ ਤੇਰੇ ਆਉਣ ਵਾਲੇ ਜੀਵਨ ਨੂੰ ਪ੍ਰਭਾਵਿਤ ਕਰਦਾ ਰਹੇਗਾ । ਜ਼ਿੰਦਗੀ ਦੇ ਕਈ ਅਹਿਮ ਫ਼ੈਸਲਿਆਂ ਨੂੰ ਇਹ ਆਪਣੇ ਆਪ ਤੇਰੇ ਕੋਲੋਂ ਲਿਖਵਾਏਗਾ ।

••••

ਨਵੇਂ ਸ਼ਹਿਰ ਤੇ ਨਵੇਂ ਲੋਕਾਂ ਵਿਚ ਜਦੋਂ ਉਹਨੇ ਆਪਣਾ ਛੋਟਾ ਨਾਂ ਦੱਸਿਆ ਤਾਂ ਕਈ ਹਮਉਮਰਾਂ ਨੂੰ ਹਾਸਾ ਆ ਗਿਆ । ਉਨ੍ਹਾਂ ਨੇ ਕਿਹਾ ਕਿ ਇਹ ਨਾਂ ਹੁਣ ਉਹਨੂੰ ਜਚਦਾ ਨਹੀਂ, ਇਸ ਕਰਕੇ ਉਹਨੂੰ ਬਦਲ ਦੇਵੇ, ਪਰ ਨਾਂ ਨੂੰ ਬਦਲ ਦੇਣਾ ਤਾਂ ਹਾਰ ਮੰਨ ਲੈਣਾ ਸੀ । ਉਹਨੇ ਹਮਉਮਰਾਂ ਨੂੰ ਸਮਝਾਉਣਾ ਚਾਹਿਆ ਕਿ ਉਹਨੇ ਕਦੀ ਹਾਰ ਨਹੀਂ ਮੰਨਣੀ, ਇਸ ਕਰਕੇ ਕੁਝ ਵੀ ਨਹੀਂ ਬਦਲਣਾ । ਸਾਰੇ ਉਹਨੂੰ ਕਹਿੰਦੇ ਤਾਂ ਰਹਿੰਦੇ ਹਨ ਕਿ ਉਹ ਆਪਣੀਆਂ ਆਦਤਾਂ, ਆਪਣਾ ਪਰਿਵਾਰ, ਇਥੋਂ ਤਕ ਕਿ ਆਪਣਾ ਨਾਮ ਵੀ ਬਦਲ ਦੇਵੇ, ਪਰ ਉਹਨੇ ਕਿਉਂਕਿ ਹਾਰ ਨਹੀਂ ਮੰਨਣੀ ਇਸ ਕਰਕੇ ਕੁਝ ਵੀ ਨਹੀਂ ਬਦਲਣਾ ।

ਤਦ ਹਮਉਮਰਾਂ ਨੇ ਉਹਨੂੰ ਸਮਝਾਇਆ ਕਿ ਉਹ ਭਾਵੇਂ ਸੱਚਾਈ ਨੂੰ ਝੁਠਲਾਉਣ ਦੀ ਲੱਖ ਕੋਸ਼ਿਸ਼ ਕਰੇ, ਕੁਝ ਮਹੀਨੇ ਜਾਂ ਕੁਝ ਹਫ਼ਤੇ ਹੋਰ ਤੇ ਫਿਰ ਕੁਦਰਤ ਨੇ ਉਹਦੇ ਕੋਲੋਂ ਆਪਣੇ ਆਪ ਸੱਚਾਈ ਦਾ ਐਲਾਨ ਕਰਵਾ ਲੈਣਾ ਹੈ.....

ਦੋ

ਆਖ਼ੀਰ ਸ੍ਰੀਦੇਵ ਦੀ ਮੁਸਕਰਾਹਟ ਦਾ ਜੁਆਬ ਉਹਨੇ ਇਕ ਦਿਨ ਮੁਸਕਰਾ ਕੇ ਦੇ ਦਿੱਤਾ, ਇੰਝ ਜਿਵੇਂ ਕੋਈ ਥੱਕਿਆ ਹਾਰਿਆ, ਛਾਲੇ ਛਾਲੇ ਪੈਰਾਂ ਵਾਲਾ, ਕਿਤੇ ਪਹੁੰਚ ਸਕਣ ਦੀ ਸੰਭਾਵਨਾ ਤੋਂ ਬੇ-ਆਸ ਮੁਸਾਫ਼ਿਰ ਰਸਤੇ ਦੇ ਛਾਂ-ਦਾਰ ਪੜਾਅ ਉਤੇ ਬੈਠ ਜਾਣ ਦੇ ਮੋਹ ਨੂੰ ਬਹੁਤਾ ਚਿਰ ਟਾਲ ਨਾ ਸਕੇ।

ਵੱਖ ਵੱਖ ਤਾਕਤਾਂ ਉਦੋਂ ਹਰ ਪਾਸਿਉਂ ਉਹਦੇ ਦਿਲ ਦਿਮਾਗ਼ ਉਤੇ ਦਬਾਅ ਪਾ ਰਹੀਆਂ ਸਨ। ਉਹਨੂੰ ਜਾਪਦਾ ਜਿਵੇਂ ਉਹਨੂੰ ਮਧੋਲਿਆ ਜਾ ਰਿਹਾ ਹੋਏ—ਮਿੱਧਿਆ ਜਾ ਰਿਹਾ ਹੋਏ, ਵੱਡੇ ਵੱਡੇ ਜਬਾੜੇ ਉਹਦੀ ਹੋਂਦ ਨੂੰ ਚਿੱਥ ਚਿੱਥ ਕੇ ਪੋਲੀ ਤੇ ਪਿਲਪਿਲੀ ਬਣਾ ਰਹੇ ਹੋਣ।

ਉਹਨੂੰ ਪੋਲੇ ਪਿਲਪਿਲੇ ਪੀਲੇ ਆਕਾਰਾਂ ਨਾਲ ਨਫ਼ਰਤ ਸੀ, ਗੰਡੋਇਆਂ ਵਾਂਗ ਰੀਂਗਦੇ ਆਕਾਰ—ਪਿਘਲੀਆਂ ਹੋਈਆਂ ਮੋਮਾਂ, ਜਿਹਨਾਂ ਨੂੰ ਜਿਸ ਸੱਚੇ ਵਿਚ ਚਾਹੁਣ, ਢਾਲ ਸਕਦੇ ਸਨ। ਆਪਣੀ ਹੋਂਦ ਦੇ ਉਸ ਬਦਲੇ ਹੋਏ ਸੰਬੋਧਨ ਤੋਂ ਨਫ਼ਰਤ ਸੀ, ਜਿਹੜਾ ਸੰਬੋਧਨ ਉਹਦੀ ਹੋਂਦ ਨੂੰ ਪਿਲਪਿਲੇ ਆਕਾਰਾਂ ਦੀ ਕਤਾਰ ਵਿਚ ਖੜਾ ਕਰਦਾ ਸੀ। ਉਨ੍ਹਾਂ ਨੇ ਉਹਦੀ ਹੋਂਦ ਦਾ ਉਹ ਪਹਿਲਾ ਸੰਬੋਧਨ ਤਾਂ ਹੌਲੀ ਹੌਲੀ ਖੋਹ ਹੀ ਲਿਆ ਸੀ, ਜਿਹੜਾ ਉਹਨੂੰ ਰੀੜ ਦੀ ਹੱਡੀ ਵਾਲਿਆਂ ਉਨ੍ਹਾਂ ਸਭ ਨਾਲ ਜੋੜਦਾ ਸੀ, ਜਿਹੜੇ ਆਪਣੇ ਆਪਣੇ ਪੈਰਾਂ ਉੱਤੇ ਤੁਰੇ ਫਿਰਦੇ ਸਨ। ਹੌਲੀ ਹੌਲੀ ਉਨ੍ਹਾਂ ਨੇ ਉਹਦਾ ਇਹ ਭੁਲੇਖਾ ਵੀ ਖੋਹਣਾ ਸ਼ੁਰੂ ਕਰ ਦਿੱਤਾ ਸੀ ਕਿ ਰੀੜ ਦੀ ਹੱਡੀ ਵਾਲਿਆਂ ਦੇ ਸੰਬੋਧਨ ਤੋਂ ਬਿਨਾਂ ਵੀ ਉਹਦਾ ਆਕਾਰ ਰੀੜ ਦੀ ਹੱਡੀ ਵਾਲਿਆਂ ਦੀ ਕਤਾਰ ਵਿਚ ਸ਼ਾਮਿਲ ਹੋ ਸਕਦਾ ਹੈ। ਫਿਰ ਜਦੋਂ ਉਹਨਾਂ ਨੇ ਮਹਿਸੂਸ ਕਰਨਾ ਸ਼ੁਰੂ ਕੀਤਾ ਸੀ ਕਿ ਉਹਦਾ ਆਕਾਰ ਸਚਮੁਚ ਹੀ ਉਸ ਮਿੱਟੀ ਦਾ ਨਹੀਂ ਬਣਿਆ ਹੋਇਆ, ਜਿਸ ਮਿੱਟੀ ਦੇ ਦੂਸਰੇ ਪਿਲਪਿਲੇ ਆਕਾਰ ਬਣੇ ਹੋਏ ਹਨ ਤਾਂ ਉਨ੍ਹਾਂ ਨੇ ਚਿੱਥ ਚਿੱਥ ਕੇ, ਮਧੋਲ ਮਧੋਲ ਕੇ, ਉਹਦੇ ਆਕਾਰ ਨੂੰ ਪਿਲਪਿਲਾ ਤੇ ਪੋਲਾ ਬਣਾਉਣਾ ਸ਼ੁਰੂ ਕਰ ਦਿੱਤਾ ਸੀ।

ਆਪਣਾ ਪੁਰਾਣਾ ਸੰਬੋਧਨ, ਆਪਣੀ ਪੁਰਾਣੀ ਪੋਸ਼ਾਕ, ਕਦੀ ਤਾਂ ਉਹਨੂੰ ਗਏ ਗੁਜ਼ਰੇ ਵੇਲਿਆਂ ਦੀ ਗੱਲ ਜਾਪਦੀ। ਜਿਵੇਂ ਪਿਛਲੇ ਜਨਮ ਦੀ ਗੱਲ ਹੋਵੇ, ਜਿਹਨੂੰ ਭੁਲਾ ਵਿਸਾਰ ਦੇਣਾ ਹੀ ਸਿਆਣਪ ਸੀ, ਪਰ ਕਈ ਵੇਰ ਉਹਨੂੰ ਜਾਪਦਾ ਉਹੀ ਸੱਚ ਸੀ, ਉਹੀ ਅਸਲ ਸੀ। ਉਸ ਵੇਲੇ ਉਹਨੂੰ ਆਪਣਾ ਹੁਣ ਦਾ ਪਹਿਰਾਵਾ, ਆਪਣਾ ਸੰਬੋਧਨ, ਆਪਣਾ ਨਾਂ ਤਕ ਨਾਟਕੀ ਜਾਪਦੇ, ਜਿਵੇ ਨਾਟਕ ਵਿਚ ਕੰਮ ਕਰਨ ਵਾਸਤੇ ਕੁਝ ਦੇਰ ਅਪਣਾਏ ਹੋਣ। ਉਸ ਵੇਲੇ ਉਹਨੂੰ ਆਪਣਾ ਆਪ ਹਾਸੋਹੀਣਾ ਜਿਹਾ ਜਾਪਣ ਲੱਗਦਾ।

ਤਦ ਉਹਦਾ ਮਨ ਫ਼ੈਸਲਾ ਲੈਂਦਾ ਕਿ ਕੁਝ ਕਰਨਾ ਤਾਂ ਜ਼ਰੂਰ ਹੈ ਤਾਂ ਕਿ ਪਿਲਪਿਲੇ ਆਕਾਰਾਂ ਦੀ ਕਤਾਰ ਵਿਚੋਂ ਆਪਣੇ ਆਪ ਨੂੰ ਨਿਖੇੜਿਆ ਜਾ ਸਕੇ। ਪਰ ਸਿਰਫ਼ ਇਹੀ ਨਹੀਂ, ਕੁਝ ਕਰਨਾ ਇਸ ਲਈ ਵੀ ਜ਼ਰੂਰੀ ਸੀ ਕਿ ਉਹ ਸਭ ਕੁਝ ਹੀ ਬਦਲਿਆ ਜਾ ਸਕੇ, ਜੋ ਮਨਜ਼ੂਰ ਨਹੀਂ ਸੀ। ਪਰ ਕੀਤਾ ਕੀ ਜਾਏ, ਸਾਹਮਣੇ ਤਾਂ ਰੋਜ਼ੀ ਰੋਟੀ ਦੀ ਫ਼ਿਕਰ ਸੀ। ਵੱਖ ਵੱਖ ਤਾਕਤਾਂ ਨੇ ਉਹਦੀ ਹਸਤੀ ਨੂੰ ਹਰ ਪਾਸਿਉਂ ਦਬਾਇਆ ਹੋਇਆ ਸੀ। ਪੈਰਾਂ ਕੋਲ ਤੁਰਨ ਵਾਸਤੇ ਤਾਂ ਕੀ ਖਲੋਣ ਵਾਸਤੇ ਵੀ ਜ਼ਮੀਨ ਨਹੀਂ ਸੀ....ਤੇ ਉਧਰੋਂ ਹਰਿਆਲਾ ਮੌਸਮ ਸੀ ਕਿ ਚੜ੍ਹਦਾ ਹੀ ਚਲਿਆ ਆਉਂਦਾ ਸੀ।

ਸ੍ਰੀਦੇਵ ਨੂੰ ਉਹ ਪਿਛਲੇ ਚਾਰ ਸਾਲਾਂ ਤੋਂ ਜਾਣਦੀ ਸੀ—ਕਾਲਿਜ ਵਿਚ ਇਕੱਠੇ ਪੜ੍ਹਦਿਆਂ। ਪਰ ਉਹਨੇ ਕਦੀ ਵੀ ਨਹੀਂ ਸੋਚਿਆ ਕਿ ਸ੍ਰੀਦੇਵ ਉਹਦੀ ਜ਼ਿੰਦਗੀ ਵਿਚ ਕਦੀ ਇੰਝ ਆਏਗਾ।

ਸ੍ਰੀਦੇਵ ਉਨ੍ਹਾਂ ਵਿਚੋਂ ਸੀ, ਜਿਨ੍ਹਾਂ ਮੁੰਡਿਆਂ ਨਾਲ ਇਕ ਗੱਲ ਕਰਕੇ ਵੀ ਕੁੜੀਆਂ ਪਿੱਛੋਂ ਉਹਨੂੰ ਤਗ਼ਮੇ ਵਾਂਗ ਲਟਕਾਈ ਫਿਰਦੀਆਂ ਸਨ। ਪਾਇਲ, ਨਵਨੀਤ, ਗੀਤਾ, ਅਰਚਨਾ, ਜੋਤੀ, ਛਮੀਆ, ਬੈਟੀ, ਸ਼ੀਲਾ, ਸ਼ੀਰੀਨ, ਤੇਜੀ, ਲਕਸ਼ਮੀ ਜਿਵੇਂ ਸਾਰੀਆਂ ਉਹਦੇ ਵਾਸਤੇ ਦੀਵਾਨੀਆਂ ਸਨ।

ਉਦੋਂ ਉਹ ਸੋਚਿਆ ਕਰਦੀ ਸੀ ਉਹ ਕੁੜੀਆਂ ਸ੍ਰੀਦੇਵ ਦੀਆਂ ਦੀਵਾਨੀਆਂ ਨਹੀਂ, ਇਹ ਸਭ ਉਸ ਛਾਂ ਦੀਆਂ ਦੀਵਾਨੀਆਂ ਹਨ, ਜਿਹੜੀ ਸ੍ਰੀਦੇਵ ਕੋਲ ਸੀ। ਇਹ ਸਭ ਉਸ ਮੰਜ਼ਿਲ ਦੀਆਂ ਦੀਵਾਨੀਆਂ ਹਨ, ਜਿਹਨੂੰ ਹਾਸਿਲ ਕਰਨ ਲਈ ਉਨ੍ਹਾਂ ਨੂੰ ਇਕ ਪੈਰ ਵੀ ਆਪ ਨਹੀਂ ਸੀ ਤੁਰਨਾ ਪੈਣਾ। ਸ੍ਰੀਦੇ ਵ ਦੇ ਹਾਸਿਲ ਹੁੰਦਿਆਂ ਹੀ ਉਹ ਮੰਜ਼ਿਲ ਉਨ੍ਹਾਂ ਨੂੰ ਆਪੇ ਹੀ ਹਾਸਿਲ ਹੋ

ਜਾਣੀ ਸੀ। ਉਹ ਸਭ ਉਨ੍ਹਾਂ ਰੈਡੀਮੇਡ ਸੁੱਖਾਂ ਦੀਆਂ ਤੇ ਖ਼ੁਸ਼ੀਆਂ ਦੀਆਂ ਦੀਵਾਨੀਆਂ ਸਨ, ਜਿਹੜੀਆਂ ਉਨ੍ਹਾਂ ਨੂੰ ਆਪ ਨਹੀਂ ਸਨ ਕਮਾਉਣੀਆਂ ਪੈਣੀਆਂ।

ਉਨ੍ਹਾਂ ਦੀ ਹਰ ਸੋਚ ਦਾ ਧੁਰਾ ਕਿਸੇ ਨਾ ਕਿਸੇ ਤਰ੍ਹਾਂ, ਕਿਸੇ ਨਾ ਕਿਸੇ, ਸ੍ਰੀਦੇਵ ਨੂੰ ਹਥਿਆ ਲੈਣ ਦੀ ਖ਼ਾਹਿਸ਼ ਦੁਆਲੇ ਘੁੰਮਦਾ ਹੈ। ਉਨ੍ਹਾਂ ਦੇ ਸਾਰੇ ਯਤਨਾਂ, ਸਾਰੇ ਉਪਰਾਲਿਆਂ ਦਾ ਮਕਸਦ ਸ੍ਰੀਦੇਵ ਹੈ। ਜ਼ਿੰਦਗੀ ਵਿਚ ਉਨ੍ਹਾਂ ਦੀ ਜਿੱਤ ਜਾਂ ਹਾਰ ਦਾ ਮਤਲਬ ਹੀ ਸ੍ਰੀਦੇਵ ਨੂੰ ਹਾਸਿਲ ਕਰ ਸਕਣਾ ਜਾਂ ਨਾ ਕਰ ਸਕਣਾ ਹੈ। ਆਪਣੀ ਸਮਰੱਥਾ ਨੂੰ ਉਹ ਸ੍ਰੀਦੇਵ ਦੇ ਪੈਮਾਨੇ ਨਾਲ ਮਾਪਦੀਆਂ ਹਨ।

ਉਦੋਂ ਸ੍ਰੀਦੇਵ ਦੀ ਖ਼ਾਹਿਸ਼ ਕਰਨਾ, ਉਹਦੀ ਨਜ਼ਰ ਵਿਚ ਆਪਣੇ ਆਪ ਨੂੰ ਜ਼ਲੀਲ ਕਰਨਾ ਸੀ। ਆਪਣੀ ਸਮਰੱਥਾ ਨੂੰ ਛੋਟਿਆਂ ਸਮਝਣਾ।

ਹੁਣ ਵੀ ਕਾਲਿਜ ਛੱਡ ਦੇਣ ਤੋਂ ਬਾਅਦ, ਸ੍ਰੀਦੇਵ ਜਦੋਂ ਅਚਾਨਕ ਇਕ ਮੋੜ ਉੱਤੇ ਉਹਨੂੰ ਮਿਲਿਆ ਸੀ ਤਾਂ ਉਹਨੇ ਉਹਦੀ ਮੁਸਕਰਾਹਟ ਦਾ ਜੁਆਬ ਇਕਦਮ ਨਹੀਂ ਸੀ ਦੇ ਦਿੱਤਾ। ਉਹਦੀ ਮੁਸਕਰਾਹਟ ਵੱਲ ਵੇਖ ਕੇ ਉਹ ਮੁਸਕਰਾਈ ਜ਼ਰੂਰ ਸੀ, ਪਰ ਉਸ ਮੁਸਕਰਾਉਣ ਨੂੰ ਕਿਸੇ ਦੀ ਮੁਸਕਰਾਹਟ ਦਾ ਜੁਆਬ ਦੇਣਾ ਤਾਂ ਨਹੀਂ ਕਿਹਾ ਜਾ ਸਕਦਾ।

ਕਿੰਨੇ ਹੀ ਦਿਨ ਖ਼ੁਸ਼ਬੋਆਂ ਦਾ ਇਕ ਜੰਗਲ ਉਹਦੇ ਆਸੇ ਪਾਸੇ ਮਹਿਕਦਾ ਰਿਹਾ ਸੀ—ਕਿੰਨੇ ਹੀ ਦਿਨ ਰੰਗਾਂ ਦੀ ਨਦੀ ਉਹਦੇ ਪੈਰਾਂ ਦੇ ਕੋਲ ਕੋਲ ਸ਼ੂਕਦੀ ਰਹੀ ਸੀ—ਕਿੰਨੇ ਹੀ ਦਿਨ ਉਹਨੂੰ ਜਾਪਦਾ ਰਿਹਾ ਸੀ ਜਿਵੇਂ ਕੋਈ ਬੰਸਰੀ ਉਤੇ ਨਿਮੰਤਰਣ ਭਰੀ ਧੁਨ ਵਜਾ ਰਿਹਾ ਹੋਏ—ਕਿੰਨੇ ਹੀ ਦਿਨ ਇਕ ਧੁੰਦਲੀ ਰੰਗੀਨ ਤਸਵੀਰ ਉਹਦੀ ਚੇਤਨਾ ਵਿਚ ਫੜਫੜਾਉਂਦੀ ਰਹੀ ਸੀ, ਕਿੰਨੇ ਹੀ ਦਿਨ ਮੁੜ ਮੁੜ ਆਉਂਦੇ ਸ੍ਰੀਦੇਵ ਦੇ ਖ਼ਿਆਲਾਂ ਨੂੰ ਉਹ ਮਨ ਦਾ ਬੇਥਵਾ ਵਲੇਲ ਕਹਿੰਦੀ ਰਹੀ ਸੀ, ਪਰ ਆਖ਼ਿਰ ਰੁੱਖਾਂ ਉਤੇ ਫਲ ਆਉਣ ਨੂੰ ਉਹ ਕਦੋਂ ਤਕ ਰੋਕ ਸਕਦੀ ਸੀ। ਆਖ਼ਿਰ ਉਹਨੇ ਸ੍ਰੀਦੇਵ ਦੀ ਮੁਸਕਰਾਹਟ ਦਾ ਜਵਾਬ ਦੇ ਦਿੱਤਾ ਸੀ--ਰੰਗਾਂ ਦੀ ਸ਼ੂਕਦੀ ਨਦੀ ਵਿਚ ਪੈਰ ਪਾ ਹੀ ਲਏ ਸਨ। ਆਪਣੇ ਆਪ ਨੂੰ ਉਹਨੇ ਕਿਹਾ, ਇਹੀ ਸੱਚ ਹੈ, ਇਹੀ ਮੁਹੱਬਤ ਹੈ, ਜਿਹੜੀ ਜ਼ਿਹਨ ਦੇ ਸਾਰੇ ਪਹਿਰੇ ਟੱਪ ਕੇ ਵੀ ਮਨ ਵਿਚ ਲੰਘ ਹੀ ਆਈ ਹੈ।

ਸ੍ਰੀਦੇਵ ਨੂੰ ਪਹਿਲੀ ਵਾਰੀ ਮਿਲਣ ਜਾਣ ਵਾਲੇ ਦਿਨ ਉਹਨੇ ਘੁੱਟ ਘੁੱਟ ਕੇ ਆਪਣੇ ਗੁੰਦੇ ਹੋਏ ਵਾਲ ਨਵੇਂ ਤਰੀਕੇ ਨਾਲ ਵਾਹੇ, ਹੋਠਾਂ ਉੱਤੇ ਹਲਕੀ ਜਿਹੀ ਲਿਪਸਟਿਕ ਲਾਈ, ਰੰਗ ਬਿਰੰਗੀ ਚੁੰਨੀ ਲੈ ਕੇ ਸ਼ੀਸ਼ੇ ਵਿਚ ਆਪਣੇ ਆਪ ਨੂੰ ਵੇਖ ਕੇ ਮੁਸਕਰਾਈ। ਇਕ ਨਵੀਂ ਸ਼ਕਲ ਉਹਦੇ ਸਾਹਮਣੇ ਮੁਸਕਰਾ ਰਹੀ ਸੀ। ਏਨਾ ਚਿਰ ਉਹ ਕਿਥੇ ਲੁਕੀ ਰਹੀ! ਇਹ ਕਿਸ ਨੇ ਉਹਨੂੰ ਆਪਣੇ ਪਿੱਛੇ ਲੁਕਾਈ ਰੱਖਿਆ ਸੀ! ਅੱਜ ਉਹ ਅਚਾਨਕ ਪਿੱਛੇ ਹੋ ਗਿਆ ਸੀ—ਉਹਦੇ ਇਸ ਨਵੇਂ ਰੂਪ ਦੀ ਓਟ ਵਿਚ ਸ੍ਰੀਦੇਵ ਨੂੰ ਮਿਲ ਕੇ ਇਕ ਪਲ ਤਾਂ ਉਹਨੂੰ ਇਹ ਜਾਪਿਆ ਸੀ ਕਿ ਉਹ ਓਟ ਵਿਚ ਨਹੀਂ ਹੋਇਆ ਸਗੋਂ ਚਲਾ ਹੀ ਗਿਆ ਹੈ, ਹਮੇਸ਼ਾ ਹਮੇਸ਼ਾ ਵਾਸਤੇ। ਪਰ ਪਿੱਛੋਂ ਉਹਨੇ ਆਪਣੀ ਮੌਜੂਦਗੀ ਦਾ ਸਬੂਤ ਦੇਣਾ ਸ਼ੁਰੂ ਕਰ ਦਿੱਤਾ ਸੀ। ਉਹ ਓਟ ਵਿਚ ਜ਼ਰੂਰ ਹੋ ਗਿਆ ਸੀ, ਪਰ ਮੌਜੂਦ ਤਾਂ ਸੀ।

ਹਾਂ! ਉਹ ਮੌਜੂਦ ਸੀ—ਤੇ ਇਹ ਸ਼ਾਇਦ ਉਹਦੇ ਮੌਜੂਦ ਹੋਣ ਕਾਰਨ ਹੀ ਹੋਇਆ ਸੀ ਕਿ ਸ੍ਰੀਦੇਵ ਨਾਲ ਪਹਿਲੀ ਮੁਲਾਕਾਤ ਤੋਂ ਚਾਰ ਮਹੀਨੇ ਬਾਅਦ ਹੀ ਉਹਨੇ ਸ੍ਰੀਦੇਵ ਨੂੰ ਹਮੇਸ਼ਾ ਹਮੇਸ਼ਾ ਵਾਸਤੇ ਅਲਵਿਦਾ ਕਹਿ ਦਿੱਤੀ ਸੀ।

ਕੀ ਕੁਝ ਨਹੀਂ ਸੀ ਬੀਤ ਗਿਆ ਚਾਰ ਮਹੀਨਿਆਂ ਵਿਚ। ਜਿਵੇਂ ਇਕ ਉਮਰ ਬੀਤ ਗਈ ਹੋਵੇ। ਉਹਨੂੰ ਇੰਝ ਜਾਪਦਾ ਸੀ ਜਿਵੇਂ ਉਹਨੇ ਦੁਨੀਆ ਦਾ ਸਭ ਕੁਝ ਵੇਖ ਲਿਆ ਹੋਵੇ।

ਸ੍ਰੀਦੇਵ ਨਾਲ ਰਿਸ਼ਤਾ ਤੋੜ ਕੇ ਉਹ ਪਿੰਡ ਚਲੀ ਗਈ ਸੀ, ਇਹ ਸੋਚ ਕੇ ਕਿ ਦਿਨ ਰਾਤ ਧੁਖ਼ਦੀ ਅੱਗ ਦਾ ਇਲਾਜ਼ ਸ਼ਾਇਦ ਇਕੱਲਤਾ ਵਿਚ ਲੱਭ ਸਕੇ।

ਸਮਝ ਨਹੀਂ ਸੀ ਲੱਗਦੀ ਕਿਥੇ ਕੀ ਗ਼ਲਤ ਹੋਇਆ ਸੀ। ਉਹ ਕਿਉਂ ਸ੍ਰੀਦੇਵ ਨੂੰ ਤੇ ਉਹਦੀ ਛਾਂ ਨੂੰ ਛੱਡ ਆਈ ਹੈ। ਉਹ ਕਿਉਂ ਉਹਦੇ ਵਾਸਤੇ ਬੇਚੈਨ ਵੀ ਹੈ ਤੇ ਉਹਨੂੰ ਅਪਣਾ ਵੀ ਨਹੀਂ ਸਕਦੀ। ਉਹ ਕਿਉਂ ਉਹਦੇ ਨਾਲ ਮੁਹੱਬਤ ਵੀ ਕਰਦੀ ਹੈ ਤੇ ਨਫ਼ਰਤ ਵੀ।

ਰਾਤੀਂ ਹਨੇਰਾ ਹੁੰਦਿਆਂ ਹੀ ਉਹਦਾ ਦਿਲ ਡੁੱਬਣ ਲੱਗਦਾ। ਉਹ ਛੇਤੀ ਛੇਤੀ ਸੌਂ ਜਾਂਦੀ ਕਿ ਸੁੱਤਿਆਂ ਸੁੱਤਿਆਂ ਹੀ ਰਾਤ ਬੀਤ ਜਾਏ। ਪਰ ਅਸਮਾਨ ਉੱਤੇ ਤਾਰੇ ਹਾਲੇ ਚਮਕ ਰਹੇ ਹੁੰਦੇ, ਜਦੋਂ ਉਹਦੀ ਅੱਖ ਖੁੱਲ ਜਾਂਦੀ—ਸਵੇਰ ਹੋਣ ਵਿਚ ਬਹੁਤ ਦੇਰ ਹੁੰਦੀ, ਪਰ ਫਿਰ ਉਹਨੂੰ ਨੀਂਦ ਨਾ

ਆਉਂਦੀ। ਉਸ ਵੇਲੇ ਉਹਨੂੰ ਜਾਪਦਾ ਉਹਨੇ ਜਿਊ ਲਿਆ ਹੈ ਜਿੰਨਾ ਕੂ ਜੀਣਾ ਸੀ—ਹੁਣ ਇਸ ਤੋਂ ਬਾਅਦ ਤੁਰੇ ਫਿਰਨਾ ਤਾਂ ਜਿਵੇਂ ਸਿਰਫ਼ ਲਾਸ਼ ਨੂੰ ਚੁੱਕੀ ਫਿਰਨਾ ਹੀ ਹੋਵੇਗਾ।

ਤਦ ਉਹਨੇ ਸੋਚਿਆ ਕਿ ਸ੍ਰੀਦੇਵ ਨਾਲ ਆਪਣੀ ਮੁਹੱਬਤ ਨੂੰ ਉਹ ਲਿਖਿਆ ਕਰੇਗੀ—ਇਕ ਅਫ਼ਸਾਨੇ ਵਾਂਗ। ਤਦ ਉਹਨੇ ਇਹ ਵੀ ਸੋਚਿਆ ਕਿ ਸ੍ਰੀਦੇਵ ਨਾਲ ਆਪਣੀ ਮੁਹੱਬਤ ਦੀ ਕਹਾਣੀ ਲਿਖ ਲਿਖ ਕੇ ਉਹ ਸ਼ਾਇਦ ਉਸ ਮੁਹੱਬਤ ਨੂੰ ਦੁਬਾਰਾ ਜੀਊਣਾ ਚਾਹੁੰਦੀ ਹੈ—ਪਰ ਜੇ ਇੰਝ ਵੀ ਹੈ ਤਾਂ ਕੀ ਹੋਇਆ—ਉਹ ਉਸ ਸਭ ਕੁਝ ਨੂੰ ਰਾਤ ਦੇ ਪਿਛਲੇ ਜਾਗੇ ਹੋਏ, ਜ਼ਹਿਰੀਲੇ ਪਹਿਰ ਵਿਚ ਉੱਠ ਉੱਠ ਕੇ ਜ਼ਰੂਰ ਲਿਖਿਆ ਕਰੇਗੀ। ਉਹ ਖੁਸ਼ੀ, ਉਹ ਰੰਗ, ਉਹ ਮਹਿਕ, ਉਹ ਬੰਸਰੀ ਦੀ ਤਾਨ, ਉਹ ਡਰ, ਉਹ ਦੁੱਖ, ਉਹ ਨਸ਼ਤਰ, ਉਹ ਹੰਝੂ, ਉਹ ਜ਼ਹਿਰ, ਉਹ ਮੌਤ, ਉਸ ਸਭ ਕੁਝ ਨੂੰ ਉਹ ਲਿਖ ਕੇ ਇਕ ਕੋਣੇ ਵਿਚ ਰੱਖ ਦਏਗੀ ਤੇ ਫਿਰ ਉਸ ਸਭ ਕੁਝ ਤੋਂ ਮੁਕਤ ਹੋ ਜਾਏਗੀ।

••••

ਉਹ ਮੇਰੇ ਸਾਹਮਣੇ ਬੈਠਾ ਹੈ। ਦੂਧੀਆ ਰੰਗਤ, ਨੀਲੀਆਂ ਅੱਖਾਂ, ਸੁਨਹਿਰੀ ਵਾਲ, ਹਲਕੇ ਪੀਲੇ ਰੰਗ ਦੀ ਕਮੀਜ਼, ਸਨੇਹ ਭਰੀ ਮੁਸਕਾਣ, ਇੰਝ ਜਿਵੇਂ ਬਸੰਤੀ ਵਸਤਰ ਪਹਿਨ ਕੇ ਬੈਠਾ, ਸਾਖ਼ਸ਼ਾਤ ਕਾਮਦੇਵ.....।

ਉਹਦੇ ਵੱਲ ਵੇਖਦਿਆਂ ਮੇਰਾ ਸਾਵਣ ਹੋਰ ਵੀ ਘਨਘੋਰ ਹੋ ਗਿਆ ਹੈ। ਇਕ ਮਹਿਕ ਉਹਦੇ ਵੱਲੋਂ ਉੱਠ ਉੱਠ ਕੇ ਮੇਰੇ ਦੁਆਲੇ ਘੇਰਾ ਵਲਦੀ ਜਾ ਰਹੀ ਹੈ। ਮੈਂ ਜਿਵੇਂ ਉਹਦੀ ਮਹਿਕ ਵਿਚ ਘਿਰ ਗਈ ਹੋਵਾਂ। ਇਸ ਵੇਲੇ ਜਾਪ ਰਿਹਾ ਹੈ ਮੈਂ ਸਿਰਫ਼ ਏਨੀ ਹਾਂ ਜਿੰਨੀ ਉਹਦੇ ਸਾਹਮਣੇ ਬੈਠੀ ਹਾਂ, ਜਿੰਨੀ ਉਹਨੂੰ ਵੇਖ ਰਹੀ ਹਾਂ ਤੇ ਜਿੰਨੀ ਉਹਨੂੰ ਦਿਸ ਰਹੀ ਹਾਂ। ਇਸ ਤੋਂ ਇਲਾਵਾ ਜੋ ਕੁਝ ਵੀ ਹੈ, ਮੈਂ ਨਹੀਂ ਹਾਂ, ਉਹ ਕੋਈ ਹੋਰ ਹੈ। ਇਸ ਵੇਲੇ ਉਹ ਸਾਇਆ ਕਿਥੇ ਗਿਆ, ਮੈਨੂੰ ਕੁਝ ਪਤਾ ਨਹੀਂ। ਮੈਂ ਉਹਦੇ ਬਾਰੇ ਸੋਚ ਵੀ ਨਹੀਂ ਰਹੀ। ਮੈਂ ਤਾਂ ਬਸ ਸ੍ਰੀਦੇਵ ਦੀ ਮੁਸਕਰਾਹਟ ਵੱਲ ਵੇਖ ਰਹੀ ਹਾਂ—ਉਹ ਮੁਸਕਰਾਹਟ ਜਿਵੇਂ ਕਹਿ ਰਹੀ ਹੈ, 'ਤੂੰ ਕੁਝ ਨਾ ਸੋਚ, ਬਿਲਕੁਲ ਨਾ ਡਰ, ਮੈਂ ਇਥੇ ਹਾਂ, ਤੇਰੇ ਕੋਲ—ਮੇਰੇ ਹੁੰਦਿਆਂ ਤੈਨੂੰ ਕੁਝ ਸੋਚਣ ਦੀ, ਕੋਈ ਫ਼ਿਕਰ ਕਰਨ ਦੀ ਕੀ ਲੋੜ?'

ਹਾਂ! ਉਹ ਮੇਰੇ ਕੋਲ ਹੈ ਤੇ ਮੈਂ ਕੁਝ ਨਹੀਂ ਸੋਚ ਰਹੀ, ਸਿਰਫ਼ ਉਹਦੇ ਕੋਲ ਹੋਣ ਨੂੰ ਮਹਿਸੂਸ ਕਰ ਰਹੀ ਹਾਂ। ਉਹ ਹੈ, ਮੈਂ ਹਾਂ, ਤੇ ਜਿਵੇਂ ਹੁਣੇ ਹੁਣੇ ਮੇਰੇ ਉਤੇ ਕੋਈ ਭੇਦ ਜ਼ਾਹਿਰ ਹੋਇਆ ਹੋਵੇ। ਮੈਂ ਉਸ ਭੇਦ ਦੇ ਇਸ ਤਰ੍ਹਾਂ ਅਚਾਨਕ ਜ਼ਾਹਿਰ ਹੋਣ 'ਤੇ ਹੈਰਾਨ ਵੀ ਹਾਂ ਤੇ ਸ਼ਰਮਸਾਰ ਵੀ। ਇਸ ਤੋਂ ਪਹਿਲਾਂ ਕਿਸੇ ਬੰਦੇ ਦੇ ਕੋਲ ਬੈਠਿਆਂ ਕਦੀ ਵੀ ਕੋਈ ਭੇਦ ਮੇਰੇ ਉੱਤੇ ਨਹੀਂ ਖੁੱਲਿਆ। ਸ੍ਰੀਦੇਵ ਮੇਰੀ ਜ਼ਿੰਦਗੀ ਵਿਚ ਪਹਿਲਾ ਮਰਦ ਹੈ—ਬਿਲਕੁਲ ਪਹਿਲਾ। ਇਸ ਤੋਂ ਪਹਿਲਾਂ ਮੈਂ ਇਹ ਸ਼ਬਦ ਸਿਰਫ਼ ਸੁਣਿਆ ਹੋਇਆ ਸੀ, ਇਸ ਸ਼ਬਦ ਨੂੰ ਕਦੀ ਇੰਝ ਮਹਿਸੂਸ ਨਹੀਂ ਸੀ ਕੀਤਾ। ਇਸ ਤੋਂ ਪਹਿਲਾ ਹਰ ਰਿਸ਼ਤੇ ਦਾ ਕੋਈ ਨਾਂ ਸੀ—ਕੋਈ ਕਾਰਨ ਸੀ। ਪਰ ਇਹ ਬੇਨਾਮ ਜਿਹਾ ਬਿਨਾਂ ਕਿਸੇ ਆਧਾਰ ਤੋਂ ਬਣਿਆ ਰਿਸ਼ਤਾ ਕੀ ਹੈ—ਕਿਉਂ ਹੈ?

ਉਹਨੂੰ ਮਿਲ ਕੇ ਆ ਕੇ ਵੀ ਇਹੀ ਸੋਚ ਰਹੀ ਹਾਂ, ਉਹਨੂੰ ਮਿਲਣ ਤੋਂ ਪਹਿਲਾਂ ਤਾਂ ਸਭ ਮਨੁੱਖ ਸਨ—ਇਨਸਾਨ। ਇਹ ਇਕ ਮਰਦ ਅਚਾਨਕ ਕਿਥੋਂ ਆ ਗਿਆ? ਜਿਵੇਂ ਉਹ ਕੋਈ ਬਿਲਕੁਲ ਜਾਨਦਾਰ ਚੀਜ਼ ਹੋਵੇ.....ਤਾਂ ਕੀ ਉਹਦੇ ਨਾਲ ਮੇਰੇ ਰਿਸ਼ਤੇ ਦਾ ਆਧਾਰ ਸਿਰਫ਼ ਇਹੀ ਹੈ ਕਿ ਉਹ ਮਰਦ ਹੈ ਤੇ ਮੈਂ..... ਨਹੀਂ..... ਕਿਥੇ ਗਿਆ ਉਹ, ਜੋ ਮੇਰੇ ਅੰਗ ਸੰਗ ਸੀ, ਜੋ ਮੈਂ ਸਾਂ। ਉਹਦੀ ਰਾਏ ਤਾਂ ਪੁੱਛਾਂ ਕਿ ਉਹਨੂੰ ਸ੍ਰੀਦੇਵ ਨਾਲ ਮੇਰਾ ਰਿਸ਼ਤਾ ਮਨਜ਼ੂਰ ਹੈ ਜਾਂ ਨਹੀਂ—ਪਰ ਉਹ ਤਾਂ ਚੁੱਪ ਹੈ, ਗ਼ੈਰ ਹਾਜ਼ਿਰ—ਮੈਨੂੰ ਮੇਰੇ ਇਸ ਨਵੇਂ ਰੂਪ ਦੇ ਹਵਾਲੇ ਕਰ ਕੇ ਉਹ ਕਿਥੇ ਚਲਾ ਗਿਆ।

ਪਰ ਮੈਂ ਉਹਦੇ ਬਾਰੇ ਸੋਚਣਾ ਵੀ ਤਾਂ ਨਹੀਂ ਚਾਹੁੰਦੀ। ਇਕ ਮਹਿਕ ਹੈ ਜੋ ਲਗਾਤਾਰ ਮੈਨੂੰ ਘੇਰਦੀ ਤੁਰੀ ਜਾ ਰਹੀ ਹੈ। ਹਾਂ! ਮੈਂ ਕੁਝ ਸੋਚਣਾ ਨਹੀਂ ਚਾਹੁੰਦੀ। ਮੈਂ ਸਿਰਫ਼ ਉਸ ਮਹਿਕ ਨੂੰ ਮਹਿਸੂਸ ਕਰਨਾ ਚਾਹੁੰਦੀ ਹਾਂ। ਮੇਰੇ ਹਰਿਆਲੇ ਸਾਵਣ ਦੀਆਂ ਘਨਘੋਰ ਘਟਾਵਾਂ ਪਰਬਤ ਨਾਲ ਟਕਰਾ ਰਹੀਆਂ ਹਨ—ਇਹ ਤਾਂ ਵਰ੍ਹਨ ਵਰ੍ਹਨ ਕਰ ਰਹੀਆਂ ਹਨ। ਮੈਂ ਇਨ੍ਹਾਂ ਨੂੰ ਵਰ੍ਹ ਪੈਣ ਤੋਂ ਕਦੋਂ ਤਕ ਰੋਕ ਸਕਾਂਗੀ।

ਦੂਸਰੀ ਹੀ ਮੁਲਾਕਾਤ ਵਿਚ ਸ੍ਰੀਦੇਵ ਨੇ ਮੈਨੂੰ ਕਹਿ ਦਿੱਤਾ ਹੈ ਕਿ ਉਹ ਮੇਰੇ ਨਾਲ ਜ਼ਿੰਦਗੀ ਦਾ ਰਿਸ਼ਤਾ ਜੋੜਣਾ ਚਾਹੁੰਦਾ ਹੈ। ਉਹ ਮੈਥੋਂ ਆਪਣੇ ਘਰ ਵਾਲਿਆਂ ਨਾਲ ਗੱਲ ਕਰਨ ਦੀ ਇਜਾਜ਼ਤ ਮੰਗ ਰਿਹਾ ਹੈ। ਮੇਰੇ ਦੋਵੇਂ ਹੱਥ ਇੰਝ ਘੁੱਟ ਕੇ ਫੜੇ ਹੋਏ ਹਨ, ਜਿਵੇਂ ਉਹਨੂੰ ਡਰ ਹੋਵੇ ਕਿ ਮੈਂ ਹੱਥ ਛੁਡਾ ਕੇ ਚਲੀ ਜਾਵਾਂਗੀ। ਮੈਂ ਹਾਂ ਕਿਵੇਂ ਕਹਿ ਦਿਆਂ। ਮੈਂ ਅਜੇ ਉਹਦੀ

ਇਜਾਜ਼ਤ ਤਾਂ ਲਈ ਹੀ ਨਹੀਂ। ਪਰ ਮੈਂ ਉਹਦੀ ਇਜਾਜ਼ਤ ਲਵਾਂ ਵੀ ਕਿਵੇ ', ਉਹ ਤਾਂ ਉਸੇ ਦਿਨ ਤੋਂ ਗ਼ੈਰ ਹਾਜ਼ਿਰ ਹੈ, ਜਦੋਂ ਮੈਂ ਸ੍ਰੀਦੇਵ ਦੀ ਮੁਸਕਰਾਹਟ ਦਾ ਜੁਆਬ ਦਿੱਤਾ ਸੀ। ਅਸਲ ਵਿਚ ਮੈਂ ਆਪ ਹੀ ਉਹਨੂੰ ਨਹੀਂ ਬੁਲਾਇਆ। ਮੈਨੂੰ ਪਤਾ ਹੈ, ਉਹਨੇ ਸ੍ਰੀਦੇਵ ਨਾਲ ਮੇਰੇ ਰਿਸ਼ਤੇ ਤੋਂ ਖੁਸ਼ ਨਹੀਂ ਹੋਣਾ। ਮੈਂ ਉਹਦੇ ਨਾਲ ਹੋਣ ਵਾਲੀ ਖਿੱਚੋਤਾਣ ਤੋਂ ਡਰਦੀ ਹਾਂ। ਇਸੇ ਲਈ ਮੈਂ ਉਹਦੇ ਰੂਬਰੂ ਹੋਣ ਨੂੰ ਟਾਲਦੀ ਹਾਂ। ਉਂਜ ਮੈਨੂੰ ਪਤਾ ਨਹੀਂ ਉਹਨੇ ਅਚਾਨਕ ਆ ਜਾਣਾ ਹੈ, ਪਰ ਖ਼ੈਰ! ਜਦ ਤਕ ਉਹ ਨਹੀਂ ਆਉਂਦਾ—

'ਤੂੰ ਕੁਝ ਬੋਲ ਤਾਂ ਤੂੰ ਤਾਂ ਬਿਲਕੁਲ ਖ਼ਾਮੋਸ਼ ਹੈਂ' ਸ੍ਰੀਦੇਵ ਪੁੱਛ ਰਿਹਾ ਹੈ।

'ਵੇਖ ਸ੍ਰੀਦੇਵ, ਅਸੀਂ ਏਡੀ ਜਲਦੀ ਕੋਈ ਫ਼ੈਸਲਾ ਕਿਵੇਂ ਕਰ ਸਕਦੇ ਹਾਂ, ਅਜੇ ਤਾਂ ਅਸੀਂ ਇਕ ਦੂਸਰੇ ਨੂੰ ਚੰਗੀ ਤਰ੍ਹਾਂ ਜਾਣਦੇ ਵੀ ਨਹੀਂ।'

'ਅਰੇ—ਚਾਰ ਸਾਲ ਅਸੀਂ ਕਾਲਿਜ ਵਿਚ ਇਕੱਠੇ ਪੜ੍ਹਦੇ ਰਹੇ ਹਾਂ।'

'ਪਰ ਉਦੋਂ ਤਾਂ ਮੈਂ ਤੇਰੇ ਬਾਰੇ ਕਦੀ ਸੋਚਿਆ ਵੀ ਨਹੀਂ ਸੀ।'

'ਮੈਨੂੰ ਪਤਾ ਹੈ—ਉਦੋਂ ਤੇਰੀ ਦੋਸਤੀ ਹੋਰ ਲੋਗਾਂ ਨਾਲ ਸੀ। ਪਰ ਮੈਂ ਜ਼ਰੂਰ ਤੇਰੇ ਬਾਰੇ ਸੋਚਿਆ ਕਰਦਾ ਸਾਂ।'

'ਕਿਵੇਂ? ਕੀ?'

'ਮੈਨੂੰ ਪਤਾ ਹੈ ਉਦੋਂ ਬਹੁਤ ਸਾਰੀਆਂ ਕੁੜੀਆਂ ਮੇਰੇ ਨਜ਼ਦੀਕ ਆਉਣਾ ਚਾਹੁੰਦੀਆਂ ਸਨ, ਪਰ ਮੈਂ ਸੋਚਿਆ ਕਰਦਾ ਸਾਂ ਮੈਂ ਤੇਰੇ ਵਰਗੀ ਕਿਸੇ ਕੁੜੀ ਨਾਲ ਸ਼ਾਦੀ ਕਰਾਂਗਾ। ਫਿਰ ਹੁਣ ਜਦੋਂ ਅਚਾਨਕ ਤੈਨੂੰ ਵੇਖਿਆ ਤਾਂ ਸੋਚਿਆ, ਇਹਦੇ ਵਰਗੀ ਹੀ ਕਿਉਂ—ਇਹੀ ਕਿਉਂ ਨਹੀਂ।'

'ਮੇਰੇ ਵਿਚ ਤੂੰ ਕੀ ਵੇਖਿਆ ਸੀ।' ਮੈਂ ਪੁੱਛਦੀ ਹਾਂ ਤੇ ਇਕ ਆਸ ਨਾਲ ਉਹਦੇ ਵੱਲ ਵੇਖਦੀ ਹਾਂ। ਹੁਣੇ ਉਹ ਕੁਝ ਕਹੇਗਾ। ਕੋਈ ਅਜਿਹੀ ਗੱਲ ਜਿਹੜੀ ਮੈਨੂੰ ਇਕਦਮ ਪ੍ਰਭਾਵਿਤ ਕਰ ਲਏ।

'ਤੂੰ ਬਹੁਤ ਚੰਗੀ ਹੈਂ ਤੇ ਸੁਹਣੀ ਵੀ।'

'.....ਬਸ.....?' ਮੈਂ ਮਾਯੂਸ ਹੋ ਗਈ ਹਾਂ।

'ਖ਼ੈਰ.....ਛੱਡ.....ਵੇਖ ਮੈਂ ਤੇਰੇ ਲਈ ਇਕ ਕਿਤਾਬ ਲਿਆਇਆ ਹਾਂ' ਕਹਿ ਕੇ ਉਹ ਆਪਣਾ ਬ੍ਰੀਫ਼ਕੇਸ ਖੋਹਲਣ ਲੱਗਦਾ ਹੈ। ਨਾਲ ਕਹਿ ਰਿਹਾ

ਹੈ, ਮੈਨੂੰ ਪਤਾ ਏ ਬਹੁਤ ਪਸੰਦ ਕਰੇਂਗੀ ਤੂੰ ।'

ਕਿਤਾਬ! ਆਸ ਫਿਰ ਜਾਗਦੀ ਹੈ.... ਸ਼ਾਇਦ.... ਸ਼ਾਇਦ.... ਮੈਂ ਉਸ ਗ਼ੈਰ ਹਾਜ਼ਿਰ ਨੂੰ ਬੁਲਾ ਕੇ ਬੜੇ ਮਾਣ ਨਾਲ ਇਹ ਕਿਤਾਬ ਵਿਖਾ ਸਕਾਂ। ਉਨ੍ਹਾਂ ਸਭ ਕਿਤਾਬਾਂ ਦੇ ਸਫ਼ੇ ਮੇਰੀ ਯਾਦ ਵਿਚ ਫੜਫੜਾਉਂਦੇ ਹਨ, ਜੋ ਜ਼ਿੰਦਗੀ ਵਿਚ ਸਭ ਤੋਂ ਪਹਿਲੋਂ ਕਿਸੇ ਨੇ ਪੜ੍ਹਨ ਵਾਸਤੇ ਦਿੱਤੀਆਂ ਸਨ।

ਕਿਤਾਬ ਕੱਢ ਕੇ ਸ੍ਰੀਦੇਵ ਨੇ ਮੇਰੇ ਹੱਥ ਵਿਚ ਫੜਾ ਦਿੱਤੀ ਹੈ। 'ਆਂਚਲ ਮੇਂ ਆਂਸੂ'.....ਕਿਸੇ ਔਰਤ ਦਾ ਲਿਖਿਆ ਹੋਇਆ ਨਾਵਲ.....

'ਸ੍ਰੀਦੇਵ ਤੇਰਾ ਕੀ ਖ਼ਿਆਲ ਹੈ ਮੈਂ 'ਆਂਚਲ ਮੇਂ ਆਂਸੂ' ਪੜ੍ਹਾਂਗੀ।'

'ਔਰਤਾਂ ਨੂੰ ਤਾਂ ਇਹੋ ਜਿਹੇ ਰੋਣ ਧੋਣ ਵਾਲੇ ਨਾਵਲ ਹੀ ਤਾਂ ਪਸੰਦ ਆਉਂਦੇ ਹਨ– ਤੈਨੂੰ ਚੰਗਾ ਲੱਗੇਗਾ, ਮੈਂ ਤਾਂ ਇਸੇ ਖ਼ਿਆਲ ਨਾਲ ਲਿਆਇਆ ਸਾਂ।'

ਮੈਂ ਚੁੱਪ ਹੋ ਜਾਂਦੀ ਹਾਂ। ਉਸ ਗ਼ੈਰ ਹਾਜ਼ਿਰ ਨੇ ਪਲਟ ਕੇ ਜਿਵੇਂ ਮੇਰੇ ਵੱਲ ਵਿਅੰਗ ਨਾਲ ਵੇਖਿਆ ਹੋਵੇ। 'ਵੇਖ ਲਿਆ ਨਾ, ਮੈਨੂੰ ਗ਼ੈਰ ਹਾਜ਼ਿਰ ਕਰਨ ਦਾ ਨਤੀਜਾ। ਉਹ ਜਿਵੇਂ ਕਹਿ ਰਿਹਾ ਹੈ।

ਪਰ ਮੈਂ ਕੁਝ ਨਹੀਂ ਕਹਿੰਦੀ। ਇਹ ਸ੍ਰੀਦੇਵ ਦਾ ਪਹਿਲਾ ਤੋਹਫ਼ਾ ਹੈ, ਇਸ ਕਰਕੇ ਚੁੱਪ ਚਾਪ ਰੱਖ ਲੈਂਦੀ ਹਾਂ।

ਪਰ ਸੋਚ ਰਹੀ ਹਾਂ, ਸ੍ਰੀਦੇਵ ਨੇ ਮੈਨੂੰ ਮੇਰੀ ਨਜ਼ਰ ਵਿਚ ਹੀ ਸ਼ਰਮਸਾਰ ਨਹੀਂ ਕੀਤਾ, ਉਸ ਗ਼ੈਰ ਹਾਜ਼ਿਰ ਦੇ ਸਾਹਮਣੇ ਵੀ ਸ਼ਰਮਸਾਰ ਕਰ ਦਿੱਤਾ ਹੈ। ਉਂਜ ਇਹ ਤੋਹਫ਼ਾ ਤਾਂ ਮੈਂ ਉਸ ਗ਼ੈਰ ਹਾਜ਼ਿਰ ਨੂੰ ਹੀ ਨਹੀਂ ਕਿਸੇ ਨੂੰ ਵੀ ਮਾਣ ਨਾਲ ਨਹੀਂ ਵਿਖਾ ਸਕਦੀ–ਦੀਪੂ ਨੂੰ ਵੀ ਨਹੀਂ।

ਦੀਪੂ ਨੂੰ ਖ਼ਤ ਲਿਖਣ ਲੱਗਿਆਂ ਮੈਂ ਚਾਹਿਆ ਹੈ ਕਿ ਸ੍ਰੀਦੇਵ ਦਾ ਜ਼ਿਕਰ ਕਰਾਂ ਪਰ ਝਿਜਕ ਆ ਰਹੀ ਹੈ.....ਕਿਉਂ ਝਿਜਕ ਆ ਰਹੀ ਹੈ ਭਲਾ! ਸ੍ਰੀਦੇਵ ਨੂੰ ਆਪਣੀ ਜ਼ਿੰਦਗੀ ਵਿਚ ਆ ਲੈਣ ਦੇਣਾ ਜਿਵੇਂ ਦੀਪੂ ਨਾਲ ਤੇ ਬੀਰ ਨਾਲ ਗ਼ੱਦਾਰੀ ਹੋਵੇ। ਜਿਵੇਂ ਦੀਪੂ ਇਸ ਸਭ ਕੁਝ ਨੂੰ ਬੜੀ ਸ਼ਰਮਨਾਕ ਗੱਲ ਸਮਝੇਗਾ। ਬੀਰ ਦੇ ਸਾਹਮਣੇ ਤਾਂ ਉਹਨੇ ਮੇਰੀ ਕੋਈ ਦੂਸਰੀ ਹੀ ਤਸਵੀਰ ਪੇਸ਼ ਕੀਤੀ ਹੋਏਗੀ। ਮੈਂ ਬੀਰ ਦੀਆਂ ਨਜ਼ਰਾਂ ਵਿਚ ਡਿੱਗਣਾ ਨਹੀਂ ਚਾਹੁੰਦੀ। ਦੀਪੂ ਨੂੰ ਪਤਾ ਲੱਗਾ ਤਾਂ ਕਹੇਗਾ 'ਵਾਹ .....ਔਰਤ।'

ਸ਼ਾਇਦ ਉਹ ਇਹਨੂੰ ਮੇਰੀ ਮੌਤ ਹੀ ਕਰਾਰ ਦੇ ਦੇਵੇ।

••••

ਹਰ ਵਾਰੀ ਸ੍ਰੀਦੇਵ ਨੂੰ ਮਿਲ ਕੇ ਆਉਣ ਤੋਂ ਬਾਅਦ ਫ਼ੈਸਲਾ ਕਰਦੀ ਹਾਂ ਕਿ ਹੁਣ ਉਹਨੂੰ ਨਹੀਂ ਮਿਲਾਂਗੀ—ਪਰ ਫਿਰ ਉਹਦੇ ਨਾਲ ਮਿਲਣ ਦਾ ਵਾਇਦਾ ਕਰ ਲੈਂਦੀ ਹਾਂ। ਇਹ ਕਿਹੜੀ ਚੀਜ਼ ਹੈ ਜੋ, ਮੈਨੂੰ ਹਰ ਵਾਰੀ ਉਹਦੇ ਵੱਲ ਲੈ ਤੁਰਦੀ ਹੈ—ਸਾਇਦ ਲਹਿਲਹਾਉਂਦੀ ਹੋਈ ਹਰਿਆਵਲ ਜੋ ਮਚਲ ਰਹੀ ਹੈ। ਉੱਸਲਵੱਟੇ ਲੈ ਰਹੀ ਹੈ। ਨਹੀਂ ਸਾਂ ਜਾਣਦੀ ਕਿ ਏਡੀ ਹੀ ਜ਼ੋਰਾਵਰ ਹੋਏਗੀ ਇਹ ਹਰਿਆਵਲ! ਕਦੀ ਸੋਚਦੀ ਹਾਂ ਕਿ ਹੁਣ ਡੋਰੀ ਇਸ ਹਰਿਆਵਲ ਉਤੇ ਸੁੱਟ ਹੀ ਦਿਆਂ। ਇਸ ਹਰਿਆਲੀ ਰੁੱਤ ਕੋਲੋਂ ਹਾਰ ਮੰਨ ਹੀ ਜਾਵਾਂ—ਉਸ ਗ਼ੈਰ ਹਾਜ਼ਿਰ ਨੂੰ ਗ਼ੈਰ ਹਾਜ਼ਿਰ ਹੀ ਰਹਿਣ ਦਿਆਂ। ਪਰ ਉਹ ਤਾਂ ਗ਼ੈਰ ਹਾਜ਼ਿਰ ਹੋ ਕੇ ਵੀ ਗ਼ੈਰ ਹਾਜ਼ਿਰ ਨਹੀਂ ਹੁੰਦਾ। ਹਰ ਵਾਰੀ ਜਦੋਂ ਸ੍ਰੀਦੇਵ ਇਹੋ ਜਿਹੀ ਗੱਲ ਕਹਿ ਦਿੰਦਾ ਹੈ, ਜਿਸ ਨਾਲ ਉਹਦੀ ਤੌਹੀਨ ਹੁੰਦੀ ਹੋਏ ਤਾਂ ਉਹਦੇ ਮੱਥੇ ਉਤੇ ਸ਼ਿਕਨ ਉੱਭਰ ਆਉਂਦੀ ਹੈ। ਸ੍ਰੀਦੇਵ ਕੋਲ ਆ ਕੇ ਉਹ ਸ਼ਿਕਨ ਜਦੋਂ ਮੇਰੇ ਆਪਣੇ ਮਨ ਵਿਚ ਚੁਭਦੀ ਹੀ ਰਹਿੰਦੀ ਹੈ ਤਦ ਅਹਿਸਾਸ ਹੁੰਦਾ ਹੈ ਕਿ ਉਹਦੇ ਮੱਥੇ ਦੀ ਸ਼ਿਕਨ ਮੇਰੇ ਆਪਣੇ ਮਨ ਵਿਚ ਚੁਭ ਰਹੀ ਹੈ। ਤਾਂ ਇਹਦਾ ਮਤਲਬ ਇਹ ਹੋਇਆ ਕਿ ਉਹ ਇਧਰੇ ਹੀ ਕਿਧਰੇ ਹੈ—ਗ਼ੈਰ ਹਾਜ਼ਿਰ ਹੋ ਕੇ ਵੀ ਗ਼ੈਰ ਹਾਜ਼ਿਰ ਨਹੀਂ।

ਤੇ ਜੇ ਭਲਾ ਆਪ ਹੀ ਉਹਦੀ ਹੋਂਦ ਤੋਂ ਇਨਕਾਰ ਕਰ ਦੇਵਾਂ—ਉਹਨੂੰ ਜਾਣ ਬੁੱਝ ਕੇ ਨਜ਼ਰ ਅੰਦਾਜ਼ ਕਰ ਦੇਵਾਂ..... ਤਦ ਫੁੱਲਾਂ ਦੀਆਂ ਕਿਆਰੀਆਂ ਵਾਲਾ ਇਕ ਘਰ ਹੋਏਗਾ—ਰੌਸ਼ਨੀਆਂ ਨਾਲ ਜਗਮਗ ਕਰਦਾ—ਨਰਮ ਗ਼ਲੀਚਿਆਂ ਦੇ ਫ਼ਰਸ਼ਾਂ ਵਾਲਾ, ਜਿਥੇ ਪੈਰਾਂ ਨੂੰ ਮਿੱਟੀ ਨਹੀਂ ਲੱਗੇਗੀ—ਮੈਂ ਸ੍ਰੀਦੇਵ ਦੀ ਪਤਨੀ ਹੋਵਾਂਗੀ—ਵਾਲਾਂ ਨੂੰ ਨਵੇਂ ਨਵੇਂ ਤਰੀਕਿਆਂ ਨਾਲ ਸਜਾ ਕੇ, ਸੱਜ ਸੰਵਰਕੇ ਉਹਦੀ ਉਡੀਕ ਵਿਚ ਬੈਠਦੀ—ਗੋਲ ਮਟੋਲ ਗੁਲਾਬੀ ਬੱਚੇ ਹੋਣਗੇ, ਆਈਸਕਰੀਮ ਤੇ ਕਾਮਿਕਸ ਦੇ ਸ਼ੌਕੀਨ—ਸ੍ਰੀਦੇਵ ਦੇ ਆਉਣ ਦੀ ਉਡੀਕ ਵਿਚ ਮੈਂ ਮੈਗਜ਼ੀਨ ਫਰੋਲਿਆਂ ਕਰਾਂਗੀ, ਸਵੈਟਰ ਬੁਣਿਆ ਕਰਾਂਗੀ, ਗੁਆਂਢਣਾਂ ਨਾਲ ਤਾਸ਼ ਖੇਡਿਆ ਕਰਾਂਗੀ, ਸ੍ਰੀਦੇਵ ਦੀ ਡਾਕ ਦੀ ਤਲਾਸ਼ੀ ਲਿਆ ਕਰਾਂਗੀ, ਉਹਦੀਆਂ ਜੇਬਾਂ ਦੀ ਸਖ਼ਤ ਨਿਗਰਾਨੀ ਰੱਖਿਆ ਕਰਾਂਗੀ, ਉਹਦੀ ਹਰ ਛੋਟੀ ਛੋਟੀ ਬੇਰੁਖ਼ੀ ਉਤੇ ਰੋਇਆ ਕਰਾਂਗੀ, ਉਹਦੇ ਅਹਿਸਾਨਾਂ ਅੱਗੇ ਸਿਰ ਨਿਵਾਇਆ ਕਰਾਂਗੀ, ਉਹਦੇ ਘਰ ਵਾਲਿਆਂ

ਦੀਆਂ ਤੇ ਰਿਸ਼ਤੇਦਾਰਾਂ ਦੀਆਂ ਆਪਣੀਆਂ ਸਹੇਲੀਆਂ ਨਾਲ ਚੁਗ਼ਲੀਆਂ ਕਰਿਆ ਕਰਾਂਗੀ, ਆਸੇ ਪਾਸੇ ਰਹਿੰਦੀਆਂ ਸਾਰੀਆਂ ਵਿਚੋਂ ਇਕ—ਤੇ ਭੁੱਲ ਜਾਵਾਂਗੀ ਕਿ ਕਦੀ ਮੈਂ ਦੀਪੂ ਅਤੇ ਬੀਰ ਨਾਲ ਜਾਕੇ ਹੋਣੀਆਂ ਦੇ ਰੁੱਖ ਉੱਤੋਂ ਪੱਤੇ ਲਾਹ ਲਿਆਉਣ ਦੇ ਸੁਪਨੇ ਵੀ ਵੇਖਿਆ ਕਰਦੀ ਸਾਂ।

ਇਸ ਵੇਲੇ ਤਾਂ ਮੈਨੂੰ ਉਹ ਸੁਪਨਾ ਯਾਦ ਹੈ—ਇਹ ਵੀ ਯਾਦ ਹੈ ਕਿ ਮੇਰੀ ਸਮਰੱਥਾ ਦਾ ਅੰਦਾਜ਼ਾ ਉਹੀ ਸੁਪਨਾ ਹੈ ਤੇ ਜੇ ਹੁਣ ਮੈਂ ਉਸ ਸੁਪਨੇ ਦੀ ਹਿਫ਼ਾਜ਼ਤ ਨਾ ਕੀਤੀ ਤਾਂ ਉਹਨੂੰ ਹਮੇਸ਼ਾ ਹਮੇਸ਼ਾ ਵਾਸਤੇ ਗਵਾ ਬੈਠਾਂਗੀ..... ਪਰ ਮੈਂ ਕੀ ਕਰਾਂ ਕਿ ਮੈਂ ਸਰਸ਼ਾਰ ਹਾਂ—ਭਿੱਜੀ ਪਈ ਹਾਂ—ਮੇਰੇ ਰੋਮ ਰੋਮ ਵਿਚ ਤਾਂ ਅਨਹਦ ਨਾਦ ਵੱਜ ਰਿਹਾ ਹੈ।

ਮੈਨੂੰ ਇਹ ਵੀ ਪਤਾ ਹੈ ਕਿ ਦੀਪੂ ਤੇ ਬੀਰ ਹੁਰੀਂ ਉਸ ਸੁਪਨੇ ਨੂੰ ਸਾਕਾਰ ਕਰਨ ਦੀਆਂ ਉਥੇ ਵਿਉਂਤਾਂ ਸੋਚ ਰਹੇ ਹਨ। ਇਹਨਾਂ ਛੁੱਟੀਆਂ ਵਿਚ ਦੀਪੂ ਘਰ ਨਹੀਂ ਆਇਆ—ਪਤਾ ਨਹੀਂ ਕਿਸ ਹਾਲ ਵਿਚ ਹੈ—ਤੇ ਮੈਂ ਇਥੇ ਉਸ ਆਦਮੀ ਨੂੰ ਮਿਲ ਰਹੀ ਹਾਂ ਜਿਹੜਾ ਉਸ ਸੁਪਨੇ ਬਾਰੇ ਉੱਕਾ ਹੀ ਅਣਜਾਣ ਹੈ। ਮੈਨੂੰ ਤਾਂ ਕਿਸੇ ਉਸ ਦੀ ਉਡੀਕ ਸੀ ਜਿਹੜਾ ਸਿਰਫ਼ ਮੇਰੇ ਸੁਪਨਿਆਂ ਤੋਂ ਜਾਣੂ ਹੀ ਨਾ ਹੋਵੇ ਸਗੋਂ ਆਪ ਉਹਨਾਂ ਸੁਪਨਿਆਂ ਦੀ ਮੰਜ਼ਿਲ ਵੱਲ ਮੇਰੇ ਨਾਲ ਤੁਰੇ—ਕੋਈ ਉਹ ਜਿਹਦੇ ਵਿਚੋਂ ਮੈਂ ਆਪਣਾ ਗੁਆਚਦਾ ਜਾਂਦਾ ਆਪਣਾ ਆਪਾ ਲਭ ਲਵਾਂ।

ਉਹਦੀ ਉਡੀਕ ਵਿਚ ਮੈਂ ਆਪਣੀ ਹਰਿਆਲੀ ਰੁੱਤ ਨੂੰ ਟਾਲੀ ਰੱਖਿਆ ਸੀ—ਉਹਦੀ ਉਡੀਕ ਕਰਨੀ ਮੇਰੀ ਜ਼ਿਦ ਸੀ। ਪਰ ਇਸ ਹਰਿਆਲੀ ਰੁੱਤ ਨੇ ਤਾਂ ਮੇਰੀ ਜ਼ਿਦ ਮਨਜ਼ੂਰ ਨਾ ਕੀਤੀ। ਮਹਿਕ ਦੀ ਇਸ ਨਦੀ ਵਿਚ ਐਸਾ ਹੜ੍ਹ ਆਇਆ ਕਿ ਮੇਰੀ ਜ਼ਿਦ ਨੂੰ, ਮੇਰੀ ਉਡੀਕ ਨੂੰ ਵਹਾਕੇ ਲੈ ਗਈ। ਤਾਂ, ਕੀ ਇਹ ਵੀ ਮੇਰੀ ਹਾਰ ਨਹੀਂ। ਕੀ ਹੁਣ ਮੈਂ ਆਪਣੀ ਹਾਰ ਨੂੰ ਮੰਨ ਜਾਵਾਂ? ਇਹ ਮੁਹੱਬਤ ਜੋ ਸਿਰਫ਼ ਮੇਰੀ ਔਰਤ ਦੀ ਮੁਹੱਬਤ ਹੈ, ਇਸੇ ਮੁਹੱਬਤ ਦੇ ਹਵਾਲੇ ਸਭ ਕੁਝ ਕਰ ਦਿਆਂ ਤੇ ਭੁੱਲ ਜਾਵਾਂ ਕਿ ਸਿਰਫ਼ ਇਕ ਔਰਤ ਨਹੀਂ।

••••

ਦਸ ਦਿਨ ਹੋ ਗਏ ਹਨ ਸ੍ਰੀਦੇਵ ਨੂੰ ਮਿਲਿਆ। ਕਲ੍ਹ ਉਹਨੂੰ ਮਿਲ ਸਕਣ ਦਾ ਸਬਬ ਬਣਿਆ। ਫ਼ੋਨ ਕੀਤਾ ਤਾਂ ਪਤਾ ਲੱਗਾ ਕਿ ਉਹ ਪਰਸੋਂ

ਹੀ ਦੋ ਹਫ਼ਤਿਆਂ ਵਾਸਤੇ ਕਸ਼ਮੀਰ ਗਿਆ ਹੈ ।

ਕਲ੍ਹ ਤੋਂ ਮੈਨੂੰ ਜਾਪ ਰਿਹਾ ਹੈ ਜਿਵੇਂ ਮੇਰੇ ਸਰੀਰ ਦਾ ਤਾਪਮਾਨ ਵੱਧ ਗਿਆ ਹੋਏ। ਹਾਂ ਮੈਂ ਤਪ ਰਹੀ ਹਾਂ, ਤੜਪ ਰਹੀ ਹਾਂ। ਜਦ ਤੱਕ ਮੇਰਾ ਫ਼ੋਨ ਨਾ ਮਿਲਦਾ, ਉਹਨੂੰ ਕਿਧਰੇ ਨਹੀਂ ਸੀ ਜਾਣਾ ਚਾਹੀਦਾ। ਉਹਨੂੰ ਹਰ ਦਿਨ ਮੇਰੀ ਉਡੀਕ ਕਰਨੀ ਚਾਹੀਦੀ ਸੀ। ਉਹ ਕਸ਼ਮੀਰ ਕਿਉਂ ਗਿਆ ਹੈ। ਏਨੀ ਗਰਮੀ ਤਾਂ ਅਜੇ ਨਹੀਂ ਸੀ ਹੋਈ। ਤੇ ਇਹ ਵੀ ਮੈਨੂੰ ਕੀ ਪਤਾ ਕਿ ਉਹ ਇਕੱਲਾ ਹੀ ਗਿਆ ਹੈ। ਮੈਂ ਇਹ ਦਸ ਦਿਨ ਇਕ ਇਕ ਪਲ ਬਸ ਉਹਦੇ ਬਾਰੇ ਹੀ ਸੋਚਦੀ ਰਹੀ ਹਾਂ, ਪਰ ਉਹਨੇ ਵੀ ਜਜ਼ਬਿਆਂ ਦੀ ਇਸੇ ਸ਼ਿੱਦਤ ਨਾਲ ਮੇਰੇ ਬਾਰੇ ਸੋਚਿਆ ਹੋਵੇਗਾ ਭਲਾ?

ਹੁਣ ਮੇਰਾ ਇਕ ਇਕ ਅੰਗਿਆਰਾਂ ਉੱਤੇ ਤੁਰਨ ਵਾਂਗ ਹੈ। ਮੈਂ ਘਰ ਵਿਚ, ਘਰ ਤੋਂ ਬਾਹਰ, ਸੌਂਦੀ ਜਾਗਦੀ, ਉੱਠਦੀ ਬੈਠਦੀ, ਪਲ ਪਲ ਅੱਗ ਦਾ ਲਿਬਾਸ ਪਹਿਨੀ ਫਿਰਦੀ ਹਾਂ। ਮੈਂ ਤਾਂ ਝੁਲਸ ਜਾਵਾਂਗੀ! ਆਪਣੇ ਆਪ ਤੋਂ ਵੀ ਬੇਪਛਾਣ ਹੋ ਜਾਵਾਂਗੀ। ਮੈਨੂੰ ਕੋਈ ਬਚਾਉਂਦਾ ਕਿਉਂ ਨਹੀਂ।

ਕਦੀ ਸੋਚਦੀ ਹਾਂ ਸ਼ਾਇਦ ਉਹਨੂੰ ਕਿਸੇ ਜ਼ਰੂਰੀ ਕੰਮ ਲਈ ਜਾਣਾ ਪਿਆ ਹੋਏ। ਪਰ ਜਾਣ ਤੋਂ ਅੱਠ ਦਿਨ ਪਹਿਲਾਂ ਤਾਂ ਉਹ ਮੈਨੂੰ ਮਿਲਿਆ ਸੀ, ਉਦੋਂ ਤਾਂ ਉਹਨੇ ਜਾਣ ਦਾ ਕੋਈ ਜ਼ਿਕਰ ਨਹੀਂ ਕੀਤਾ। ਅਸਲ ਵਿਚ ਮੈਨੂੰ ਇਸ ਬੰਦੇ ਨਾਲ ਕੋਈ ਰਾਹ ਰਸਮ ਰੱਖਣੀ ਹੀ ਨਹੀਂ ਸੀ ਚਾਹੀਦੀ। ਮੈਂ ਤਾਂ ਜਾਣਦੀ ਹੀ ਨਹੀਂ ਉਹ ਕੌਣ ਹੈ। ਤੇ ਉਹ ਭਲਾ ਕਦੀ ਵੀ ਇਹ ਜਾਣ ਸਕੇਗਾ ਕਿ ਮੈਂ ਕੌਣ ਹਾਂ। ਪਰ ਸਾਡੀ ਮੁਹੱਬਤ? ਲਹੂ ਵਿਚ ਉੱਠਦੇ ਉਬਾਲ? ਮਾਸ ਦੀ ਤਹਿਆਂ ਹੇਠ ਰੀਂਗਦੀ ਪਿਆਸ? ਜਿਸਮ ਦੇ ਰੋਮਾਂ ਦੀ ਛਟਪਟਾਹਟ? ਇਕ ਛਲਾਵਾ, ਜਿਹੜਾ ਬੰਦੇ ਦੀ ਮੈਂ ਨੂੰ ਮੈਂ ਨਹੀਂ ਰਹਿਣ ਦਿੰਦਾ?

ਕਦੀ ਸੋਚਦੀ ਹਾਂ ਹੁਣ ਉਹਨੂੰ ਮਿਲਾਂਗੀ ਹੀ ਨਹੀਂ। ਉਹਦੇ ਆਉਣ ਤੋਂ ਪਹਿਲਾਂ ਹੀ ਸ਼ਾਇਦ ਮੈਨੂੰ ਕਿਸੇ ਹੋਰ ਸ਼ਹਿਰ ਨੌਕਰੀ ਮਿਲ ਜਾਏ ਤਾਂ ਮੈਂ ਉਹਨੂੰ ਬਿਨਾਂ ਦੱਸੇ ਹੀ ਉਥੇ ਚਲੀ ਜਾਵਾਂਗੀ। ਇੰਝ ਸੋਚਦੀ ਹਾਂ ਇਕ ਜੋੜੀ ਨੀਲੀਆਂ ਅੱਖਾਂ ਮੈਨੂੰ ਘੂਰਨ ਲੱਗਦੀਆਂ ਹਨ, 'ਸਾਨੂੰ ਇਕ ਵਾਰੀ ਸਫ਼ਾਈ ਦਾ ਮੌਕਾ ਵੀ ਨਹੀਂ ਦਏਂਗੀ?'

ਕੁਝ ਪੜ੍ਹਨ ਲੱਗਦੀ ਹਾਂ ਤਾਂ ਕਿਤਾਬ ਦੇ ਅੱਖਰ ਨਜ਼ਰਾਂ ਸਾਹਮਣਿਓਂ ਗ਼ਾਇਬ ਹੋ ਜਾਂਦੇ ਹਨ। ਚਾਹੁੰਦੀ ਹਾਂ ਕੁਝ ਲਿਖਾਂ-ਤੱਤਾ ਤੱਤਾ, ਭਖ਼ਦਾ

ਭਖ਼ਦਾ, ਪਹਿਲਾਂ ਤਾਂ ਅੱਖਰ ਬਲ ਉੱਠਦੇ ਹਨ, ਫਿਰ ਰਾਖ ਬਣਕੇ ਝੜ ਜਾਂਦੇ ਹਨ। ਮਨ ਇਕਾਗਰ ਹੁੰਦਾ ਹੀ ਨਹੀਂ। ਹਰ ਵੇਲੇ ਅੰਦਾਜ਼ੇ ਲਾਉਂਦੀ ਰਹਿੰਦੀ ਹਾਂ ਕਿ ਉਹ ਕਿਥੇ ਕਿਥੇ ਫਿਰ ਰਿਹਾ ਹੋਵੇਗਾ। ਜਿੱਥੇ ਵੀ ਬੈਠਾ ਜਾਂ ਖੜਾ ਉਹ ਮੈਨੂੰ ਦਿੱਸਦਾ ਹੈ ਕੁੜੀਆਂ ਦਾ ਇਕ ਝੁਰਮਟ ਹਮੇਸ਼ਾ ਹੀ ਉਹਦੇ ਆਲੇ-ਦੁਆਲੇ ਦਿਸਦਾ ਹੈ। ਸ਼ਾਇਦ ਉਹ ਉਨ੍ਹਾਂ ਦੇ ਜਿਸਮਾਂ ਦਾ ਜਾਇਜ਼ਾ ਲੈ ਰਿਹਾ ਹੋਵੇ, ਸ਼ਾਇਦ ਕਿਸੇ ਨਾਲ ਗੱਲਾਂ ਕਰ ਰਿਹਾ ਹੋਏ। ਸ਼ਾਇਦ ਕੋਈ ਉਹਨੂੰ ਵਿਕਾਊ ਔਰਤਾਂ ਕੋਲ ਵੀ ਲੈ ਜਾਂਦਾ ਹੋਏ। ਕਸ਼ਮੀਰ ਤਾਂ ਉਹ ਅਕਸਰ ਜਾਂਦਾ ਹੀ ਰਹਿੰਦਾ ਹੈ। ਇਹੋ ਜਿਹੀਆਂ ਥਾਵਾਂ ਬਾਰੇ ਉਹਨੂੰ ਸਭ ਪਤਾ ਹੋਏਗਾ। ਯਾ ਰੱਬਾ! ਮੈਂ ਇਹੋ ਜਿਹੇ ਬੰਦੇ ਨੂੰ ਕਿਉਂ ਆਪਣੀ ਜ਼ਿੰਦਗੀ ਵਿਚ ਏਨੀ ਥਾਂ ਦੇ ਦਿੱਤੀ ਜਿਹਦੇ ਬਾਰੇ ਪਿੱਛੋਂ ਮੈਂ ਇਹ ਸਾਰੇ ਅੰਦਾਜ਼ੇ ਵੀ ਲਾਉਣੇ ਸਨ। ਪਰ ਇਸ ਸ਼ਖ਼ਸ ਨਾਲੋਂ ਕਿਨਾਰਾਕਸ਼ੀ ਤਾਂ ਹਾਲੇ ਵੀ ਕੀਤੀ ਜਾ ਸਕਦੀ ਹੈ। ਹਾਂ ਠੀਕ ਹੈ, ਹੁਣ ਮੈਂ ਉਹਨੂੰ ਕਦੀ ਵੀ ਨਹੀਂ ਮਿਲਾਂਗੀ। ਉਹਨੂੰ ਫ਼ੋਨ ਵੀ ਨਹੀਂ ਕਰਾਂਗੀ ਤਾਂ ਉਹ ਮੈਨੂੰ ਕਿਥੋਂ ਲੱਭੇਗਾ।

ਦੋ ਹਫ਼ਤਿਆਂ ਬਾਅਦ ਮੈਂ ਉਹਨੂੰ ਆਪ ਹੀ ਫ਼ੋਨ ਕਰ ਰਹੀ ਹਾਂ। ਉਹਦੀ ਆਵਾਜ਼ ਸੁਣਦੀ ਹੈ,—

'ਹਾਂ ਮੈਂ ਕਸ਼ਮੀਰ ਗਿਆ ਹੋਇਆ ਸਾਂ, ਅਚਾਨਕ ਜਾਣਾ ਪਿਆ, ਬਿਜ਼ਨਸ ਦੇ ਸਿਲਸਿਲੇ ਵਿਚ। ਤੂੰ ਛੇਤੀ ਤੋਂ ਛੇਤੀ ਮਿਲਣ ਦੀ ਤਰੀਕ ਦੱਸ, ਮੈਂ ਤਾਂ ਤੈਨੂੰ ਵੇਖਣ ਲਈ ਤਰਸ ਗਿਆ ਹਾਂ।'

ਮੇਰਾ ਹੱਥ ਕੰਬ ਜਾਂਦਾ ਹੈ ਤੇ ਮੈਂ ਉਹਨੂੰ ਅਗਲੇ ਹੀ ਦਿਨ ਦੀ ਤਰੀਕ ਦੱਸ ਦਿੰਦੀ ਹਾਂ।

ਅਗਲੇ ਦਿਨ ਘਰੋਂ ਤੁਰਨ ਲਈ ਤਿਆਰ ਖੜੀ ਹਾਂ ਤਾਂ ਦੀਪੂ ਦਾ ਖ਼ਤ ਆ ਜਾਂਦਾ ਹੈ। ਕਾਫ਼ੀ ਭਾਰਾ ਖ਼ਤ ਹੈ। ਪਰ ਮੈਂ ਤਾਂ ਹੁਣ ਜਾ ਰਹੀ ਹਾਂ। ਜੇ ਹੁਣੇ ਹੀ ਤੁਰ ਨਾ ਪਈ ਤਾਂ ਪਹੁੰਚਣ ਵਿਚ ਦੇਰੀ ਹੋ ਜਾਏਗੀ। ਦੀਪੂ ਦਾ ਖ਼ਤ ਅਣ-ਖੋਲ੍ਹਿਆ ਹੀ ਅਲਮਾਰੀ ਵਿਚ ਰੱਖ ਦਿੰਦੀ ਹਾਂ। ਕੋਈ ਗੱਲ ਨਹੀਂ—ਆ ਕੇ ਪੜ੍ਹ ਲਵਾਂਗੀ।

ਮੈਨੂੰ ਉਹ ਇਸ ਤਰ੍ਹਾਂ ਮਿਲਿਆ ਜਿਵੇਂ ਪਾਗ਼ਲ ਹੋ ਰਿਹਾ ਹੋਏ।

'ਤੈਨੂੰ ਦੱਸੇ ਬਿਨਾਂ ਹੀ ਜਾਣਾ ਪਿਆ। ਪਰ ਮੈਂ ਇਹ ਸਾਰੇ ਦਿਨ, ਇਕ ਇਕ ਪਲ, ਜਾਗਦਿਆਂ, ਸੌਂਦਿਆਂ, ਉੱਠਦਿਆਂ ਬੈਠਦਿਆਂ, ਚੁੱਪ ਕੀਤਿਆਂ

ਜਾਂ ਕਿਸੇ ਨਾਲ ਬਿਜ਼ਨਸ ਤਕ ਦੀ ਗੱਲ ਵੀ ਕਰਦਿਆਂ, ਸਿਰਫ਼ ਤੇਰੇ ਬਾਰੇ ਸੋਚਦਾ ਰਿਹਾ ਹਾਂ।'

ਸੜ ਸੜ ਕੇ ਝੁਲਸੇ ਹੋਏ ਮੇਰੇ ਸਰੀਰ ਉੱਤੇ ਉਹਦੀ ਛੋਹ ਜਿਵੇਂ ਅੰਮ੍ਰਿਤ ਛਿੜਕ ਰਹੀ ਹੋਏ। ਮੈਂ ਦੁਬਾਰਾ ਜ਼ਿੰਦਾ ਹੋ ਰਹੀ ਹਾਂ। ਅਸੀਂ ਤਾਂ ਬਣੇ ਹੀ ਇਕ ਦੂਸਰੇ ਵਾਸਤੇ, ਹੁਣ ਸਾਨੂੰ ਕੋਈ ਵੱਖ ਨਹੀਂ ਕਰ ਸਕਦਾ।

ਫਿਰ ਗੱਲਾਂ ਕਰਦਿਆਂ ਕਰਦਿਆਂ ਉਹ ਕਹਿ ਰਿਹਾ ਹੈ, 'ਉਥੇ ਪਿਤਾ ਜੀ ਦੇ ਬਿਜ਼ਨਸ ਪਾਰਟਨਰ ਦੇ ਘਰ ਮੈਂ ਠਹਿਰਿਆ ਹੋਇਆ ਸਾਂ। ਉਨ੍ਹਾਂ ਦੀ ਇਕ ਬੇਟੀ, ਉਰਵਸ਼ੀ, ਉਹ ਤਾਂ ਜਿਵੇਂ ਹੈ ਸੱਚਮੁੱਚ ਦੀ ਉਰਵਸ਼ੀ। ਕਸ਼ਮੀਰਨ ਹੈ ਨਾ—ਬੇਹੱਦ ਖ਼ੂਬਸੂਰਤ, ਤੂੰ ਵੇਖੇ ਤਾਂ ਜੈਲੇਸ ਫ਼ੀਲ ਕਰੇਂ।'

ਅੱਗੋਂ ਉਹ ਕੀ ਕਹਿ ਰਿਹਾ ਹੈ, ਕੁਝ ਸਮਝ ਨਹੀਂ ਆ ਰਹੀ। ਸ਼ਾਇਦ ਦੱਸ ਰਿਹਾ ਕਿ ਸ਼ਾਮ ਵੇਲੇ ਉਹ ਅਕਸਰ ਉਹਦੇ ਨਾਲ ਸੈਰ ਕਰਨ ਜਾਇਆ ਕਰਦਾ ਸੀ ਜਾਂ ਇਹ ਕਹਿ ਰਿਹਾ ਹੈ ਕਿ ਉਹ ਇਹਦੇ ਕੋਲੋਂ ਪੜ੍ਹਿਆ ਕਰਦੀ ਸੀ। ਮੈਂ ਸਹਿਜ ਰਹਿਣ ਦੀ ਕੋਸ਼ਿਸ਼ ਕਰ ਰਹੀ ਹਾਂ। ਸਹਿਜ ਰਹਿਣਾ ਵੀ ਚਾਹੀਦਾ ਹੈ। ਆਖ਼ਿਰ ਉਹ ਕਿਸੇ ਨਾਲ ਸੌਣ ਦਾ ਤਜ਼ਰਬਾ ਤਾਂ ਨਹੀਂ ਸੁਣਾ ਰਿਹਾ।

ਹੁਣ ਸ਼ਾਇਦ ਉਹ ਕਹਿ ਰਿਹਾ ਹੈ ਕਿ ਏਨੀ ਖ਼ੂਬਸੂਰਤ ਕੁੜੀ ਦੇ ਸਾਥ ਵਿਚ ਵੀ ਉਹਨੂੰ ਮੇਰੀ ਯਾਦ ਲਗਾਤਾਰ ਆਉਂਦੀ ਰਹਿੰਦੀ ਸੀ, ਪਰ ਠੱਕ ਠੱਕ ਵੱਜਦੇ ਦਿਲ ਵਲੋਂ ਖ਼ੂਨ ਮੇਰੇ ਕੰਨਾਂ ਵੱਲ ਚੜ੍ਹ ਕੇ ਸ਼ਾਂ ਸ਼ਾਂ ਦੀ ਆਵਾਜ਼ ਨਾਲ ਇਸ ਕਦਰ ਸ਼ੋਰ ਕਰ ਰਿਹਾ ਹੈ ਕਿ ਉਹਦੇ ਲਫ਼ਜ਼ ਮੈਨੂੰ ਸਾਫ਼ ਸੁਣਾਈ ਹੀ ਨਹੀਂ ਦੇ ਰਹੇ। ਕੁਝ ਪਤਾ ਨਹੀਂ ਲੱਗ ਰਿਹਾ ਉਹ ਕੀ ਕਹਿ ਰਿਹਾ ਹੈ। ਮੈਨੂੰ ਤਾਂ ਘੜੀ ਘੜੀ ਇਹ ਸੁਣਾਈ ਦੇ ਰਿਹਾ ਹੈ, 'ਜੈਲੇਸ ਫ਼ੀਲ ਕਰੇਂਗੀ।'

ਮੇਰੇ ਅੰਦਰ ਧੂੰਆਂ ਪਸਰਦਾ ਜਾ ਰਿਹਾ ਹੈ। ਇਹ ਕੌੜਾ ਧੂੰਆਂ ਸ਼ਾਇਦ ਬੜੇ ਦਿਨਾਂ ਤੋਂ ਸੁੱਤੇ ਹੋਏ ਰਿਸ਼ੀ ਦੀ ਚੇਤਨਾ ਨੂੰ ਜਲੂਣੇ ਤੇ ਉਹ ਜਾਗ ਹੀ ਪਏ। ਇਸ ਹਾਲਤ ਤੋਂ ਬਚਣ ਵਾਸਤੇ ਮੈਂ ਅੰਦਾਜ਼ਾ ਲਾਉਣ ਲੱਗਦੀ ਹਾਂ ਕਿ ਦੀਪੂ ਦੇ ਖ਼ਤ ਵਿਚ ਕੀ ਲਿਖਿਆ ਹੋਇਆ ਹੋਏਗਾ ਭਲਾ!

'ਤੂੰ ਤਾਂ ਕੁਝ ਬੋਲਦੀ ਹੀ ਨਹੀਂ, ਕੀ ਸੋਚਣ ਲੱਗ ਜਾਂਦੀ ਏਂ।'

'ਕੁਝ ਨਹੀਂ, ਮੈਂ ਆਪਣੇ ਭਰਾ ਬਾਰੇ ਸੋਚ ਰਹੀ ਸਾਂ। ਉਹ ਪਤਾ ਨਹੀਂ ਇਨ੍ਹਾਂ ਛੁੱਟੀਆਂ ਵਿਚ ਵੀ ਘਰ ਆਏਗਾ ਕਿ ਨਹੀਂ।'

'ਅਰੇ ਭਰਾ ਇਥੇ ਕਿਥੇ ਆ ਗਿਆ, ਮੈਂ ਤਾਂ ਕੁਝ ਹੋਰ ਗੱਲ ਕਰ ਰਿਹਾ ਸਾਂ।'

'ਨਹੀਂ ਮੈਂ ਉਹ ਵੀ ਸੁਣ ਰਹੀ ਸਾਂ।'

'ਮੈਂ ਇਕ ਗੱਲ ਗ਼ੌਰ ਕੀਤੀ ਏਂ—ਤੂੰ ਹਮੇਸ਼ਾ ਉਦਾਸ ਰਹਿੰਦੀ ਹੈਂ। ਤੇਰਾ ਚਿਹਰਾ, ਤੇਰੀਆਂ ਅੱਖਾਂ ਬਹੁਤ ਉਦਾਸ ਹਨ। ਇਹਦੇ ਬਾਰੇ ਮੈਂ ਉਦੋਂ ਵੀ ਸੋਚਦਾ ਹੁੰਦਾ ਸਾਂ, ਕਾਲਿਜ ਵਿਚ ਪੜ੍ਹਦਿਆਂ। ਕੀ ਏ, ਇੰਝ ਕਿਉਂ ਏ?'

'ਪਤਾ ਨਹੀਂ, ਮੈਨੂੰ ਤੇ ਆਪ ਵੀ ਪਤਾ ਨਹੀਂ।'

'ਕੋਈ ਨਾਕਾਮ ਮੁਹੱਬਤ?'

'ਨਹੀਂ—ਇਹ ਤਾਂ ਬਹੁਤ ਪਹਿਲਾਂ ਤੋਂ ਏ। ਧੁਰ ਅੰਦਰ ਕਿਧਰੇ ਉਦਾਸੀ ਏ—ਵੈਰਾਗ। ਉਂਜ ਸੋਚਿਆ ਜਾਏ ਤਾਂ ਦੁਨੀਆ ਵਿਚ ਖ਼ੁਸ਼ ਹੋਣ ਵਾਲੀ ਗੱਲ ਕਿਹੜੀ ਏ। ਮੈਂ ਸ਼ਾਇਦ ਇਸ ਕਰਕੇ ਉਦਾਸ ਹਾਂ ਕਿ ਮੈਨੂੰ ਉਹ ਸਭ ਕੁਝ ਮਨਜ਼ੂਰ ਨਹੀਂ, ਜੋ ਕੁਝ ਵੀ ਇਥੇ ਹੋ ਰਿਹਾ ਹੈ।'

ਉਹ ਮੇਰੇ ਵੱਲ ਹੈਰਾਨ ਹੋ ਕੇ ਵੇਖ ਰਿਹਾ ਹੈ। ਪਰ ਮੈਂ ਦੱਸੀ ਜਾ ਰਹੀ ਹਾਂ। ਮੈਂ ਪਹਿਲੀ ਵਾਰੀ ਉਹਦੇ ਨਾਲ, ਆਪਣੇ ਬਾਰੇ ਗੱਲ ਕਰ ਰਹੀ ਹਾਂ।

'...ਬਹੁਤ ਛੋਟੀ ਉਮਰ ਤੋਂ, ਗੌਤਮ ਮੇਰਾ ਆਇਡੀਅਲ ਰਿਹਾ ਏ। ਮੈਂ ਸੋਚਿਆ ਕਰਦੀ ਸਾਂ ਵੱਡੀ ਹੋ ਕੇ ਮੈਂ ਵੀ ਗੌਤਮ ਬਣਾਂਗੀ.....'

ਮੇਰੀ ਗੱਲ ਸੁਣ ਕੇ ਉਹ ਖਿੜਖਿੜਾ ਕੇ ਹੱਸ ਪਿਆ ਹੈ।

'ਹਾਉ ਚਾਈਲਡਿਸ਼! ਇਕਦਮ ਬਚਕਾਨਾ! ਗੌਤਮ ਬਣਨਾ ਤੇਰਾ ਆਦਰਸ਼ ਕਿਵੇਂ ਹੋ ਗਿਆ। ਤੂੰ ਤੇ ਜਾਨੇਮਨ ਔਰਤ ਏਂ। ਹੁਣ ਤੇ ਇਹੋ ਜਿਹਾ ਕੋਈ ਸੁਪਨਾ ਨਹੀਂ ਨਾ?'

ਮੈਂ ਬੇਬਸੀ ਨਾਲ ਉਹਦੇ ਵੱਲ ਵੇਖਦੀ ਹਾਂ। ਜਿਵੇਂ ਉਹਨੇ ਮੈਨੂੰ ਕੈਦ ਕਰ ਲਿਆ ਹੋਵੇ। ਵਿਸ਼ਾਲ ਆਸਮਾਨਾਂ ਦੀ ਪਰਵਾਜ਼ ਵਿਚੋਂ ਮੈਨੂੰ ਫੜ ਕੇ ਇਥੇ 'ਔਰਤ' ਦੇ ਪਿੰਜਰੇ ਵਿਚ ਪਾ ਦਿੱਤਾ ਹੋਏ।

ਫਿਰ ਉਹ ਸੋਫ਼ੇ ਤੋਂ ਅੱਗੇ ਵੱਲ ਝੁਕਦਾ ਹੋਇਆ, ਮੱਥੇ ਕੋਲੋਂ ਮੇਰੇ ਵਾਲਾਂ ਨੂੰ ਛੂੰਹਦਾ ਹੋਇਆ ਕਹਿ ਰਿਹਾ ਹੈ,—

ਹੁਣ ਤੂੰ ਆਪਣਾ ਆਈਡਿਅਲ ਬਦਲ ਲੈ, ਹੁਣ ਤੂੰ ਆਪਣਾ, ਨਹੀਂ

ਸੱਚ ਆਪਣੀ ਆਈਡਿਅਲ ਔਡਰੇ ਹੈਪਬਰਨ ਨੂੰ ਬਣਾ। ਠਹਿਰ, ਵੇਖ ਜ਼ਰਾ, ਜੇ ਤੂੰ ਇਥੋਂ ਮੱਥੇ ਤੋਂ ਆਪਣੇ ਵਾਲ ਇਸ ਤਰ੍ਹਾਂ ਕਟਵਾ ਲਏਂ ਨਾ, ਤਾਂ ਬਿਲਕੁਲ ਔਡਰੇ ਹੈਪਬਰਨ ਈ ਜਾਪੇਂ।'

ਮੇਰੇ ਅੰਦਰ ਸੁੱਤਾ ਹੋਇਆ ਗੁਸੈਲਾ ਰਿਸ਼ੀ ਤੜਪ ਕੇ ਬੇਦਾਰ ਹੋ ਜਾਂਦਾ ਹੈ। ਧੁਖ਼ ਰਹੇ ਧੂੰਏ ਦੀਆਂ ਤਹਿਆਂ ਹੇਠੋਂ ਅਚਾਨਕ ਜਿਵੇਂ ਲਾਟ ਉੱਠ ਖਲੋਵੇ। ਏਨੀ ਗੁਸਤਾਖ਼ੀ! ਹੁਣ ਹੋਰ ਕੁਝ ਬਰਦਾਸ਼ਤ ਨਹੀਂ ਕੀਤਾ ਜਾਏਗਾ। ਰਿਸ਼ੀ ਗੁੱਸੇ ਵਿਚ ਥੁੱਕ ਰਿਹਾ ਹੈ, ਪੈਰ ਪਟਕ ਰਿਹਾ ਹੈ। 'ਮੈਂ ਇਸ ਮਾਇਆ ਜਾਲ ਨੂੰ ਭਸਮ ਕਰ ਦੇਵਾਂਗਾ। ਮੈਂ ਸਭ ਕੁਝ ਸੁਆਹ ਕਰ ਦੇਵਾਂਗਾ। ਰਿਸ਼ੀ ਦੇ ਮੱਥੇ ਉੱਤੇ ਸੱਤ ਵੱਟ ਹਨ, ਉਹਦੇ ਪੈਰਾਂ ਹੇਠ ਅੰਗਿਆਰ ਹਨ, ਉਹਦੀਆਂ ਅੱਖਾਂ ਵਿਚ ਖ਼ੂਨ ਹੈ, ਉਹਦੇ ਸੀਨੇ ਵਿਚ ਦਾਵਾਨਲ ਭੜਕ ਰਿਹਾ ਹੈ।'

ਮੈਂ ਕੁਝ ਨਹੀਂ ਕਹਿੰਦੀ, ਬਸ ਉੱਠ ਕੇ ਖੜੀ ਹੋ ਜਾਂਦੀ ਹਾਂ।

'ਚੱਲਿਆ ਜਾਏ ਹੁਣ ਫਿਰ' ਉਹ ਵੀ ਕਹਿੰਦਾ ਹੈ ਤੇ ਉੱਠ ਖਲੋਂਦਾ ਹੈ। ਮੈਂ ਉਹਨੂੰ ਆਪਣੇ ਵੱਲ ਵਧਣ ਦਾ ਮੌਕਾ ਦਿੱਤੇ ਬਿਨਾਂ, ਆਪੇ ਹੀ ਛੇਤੀ ਨਾਲ ਦਰਵਾਜ਼ਾ ਖੋਲ੍ਹ ਕੇ ਬਾਹਰ ਆ ਜਾਂਦੀ ਹਾਂ।

ਬਾਹਰ ਨਿਕਲਕੇ ਉਹ ਇਕ ਪਲ ਰੁਕ ਜਾਂਦਾ ਹੈ—

'ਠਹਿਰ, ਅਹੁ ਵੇਖ, ਸਾਹਮਣੇ ਮੇਰੀ ਭਰਜਾਈ ਤੇ ਉਹਦੀ ਭੈਣ ਜਾ ਰਹੀਆਂ ਹਨ।'

ਮੈਂ ਵੇਖਦੀ ਹਾਂ। ਦੋ ਗੋਰੀਆਂ ਚਿੱਟੀਆਂ ਮੈਦੇ ਦੀਆਂ ਗੁੱਡੀਆਂ। ਭਰਜਾਈ ਨੇ ਇਕ ਵੇਲੇ ਵਿਚ ਜਿੰਨੇ ਵੱਧ ਤੋਂ ਵੱਧ ਪਾ ਸਕਦੀ ਸੀ, ਸੋਨੇ ਤੇ ਹੀਰਿਆਂ ਦੇ ਗਹਿਣੇ ਪਾਏ ਹੋਏ ਹਨ।

'ਜੇ ਉਹ ਵੇਖ ਲੈਂਦੀ ਤਾਂ?' ਮੈਂ ਪੁੱਛਦੀ ਹਾਂ।

'ਫਿਰ ਕੀ ਹੋਣਾ ਸੀ? ਆਖ਼ਿਰ ਤਾਂ ਇਕ ਦਿਨ ਮੈਂ ਆਪੇ ਹੀ ਉਹਨੂੰ ਦੱਸਣਾ ਏ। ਮੈਂ ਸੋਚਿਆ ਹੋਇਆ ਏ, ਉਹਦੇ ਨਾਲ ਈ ਕਰਾਂਗਾ ਮੈਂ ਪਹਿਲੋਂ ਗੱਲ। ਉਂਜ ਸੁਹਣੀ ਏ ਨਾ?'

'ਹਾਂ ਬਹੁਤ ਸੁਹਣੀ।'

'ਪਰ ਤੂੰ ਵਿਆਹ ਦੇ ਬਾਅਦ ਸੱਜ ਬਣਕੇ ਇਹਦੇ ਨਾਲੋਂ ਬਹੁਤੀ ਸੁਹਣੀ

ਦਿਸਿਆ ਕਰੇਂਗੀ।'

'ਬਸ.....ਬਸ.....ਬਸ। ਗ਼ੁਸੈਲਾ ਰਿਸ਼ੀ ਫਿਰ ਚੀਖ਼ ਪਿਆ ਹੈ।

••••

ਦੀਪੂ ਦੇ ਆਉਣ ਨਾਲ ਮੇਰਾ ਜਿਵੇਂ ਹੌਸਲਾ ਬੱਝ ਗਿਆ ਹੋਵੇ। ਪਰਦੇਸ ਵਿਚ ਘਰ ਲਈ ਉਦਰੇ ਹੋਏ ਬੈਠੇ ਹੋਏ ਕਿਸੇ ਨੂੰ ਅਚਾਨਕ ਜਿਵੇਂ ਉਹਦਾ ਕੋਈ ਹਮਵਤਨ ਲੱਭ ਪਏ।

ਉਹਦਾ ਹਾਲ ਅਤੇ ਦੇਰ ਨਾਲ ਆਉਣ ਦਾ ਕਾਰਨ ਪੁੱਛ ਲੈਣ ਬਾਅਦ ਜਦੋਂ ਸਾਰਿਆਂ ਦਾ ਝੁਰਮਟ ਉਹਦੇ ਦੁਆਲਿਓਂ ਹਟ ਗਿਆ ਹੈ ਤਾਂ ਮੈਂ ਉਹਦਾ ਹਾਲ ਵੀ ਪੁੱਛਿਆ ਹੈ ਅਤੇ ਬੀਰ ਦਾ ਵੀ।

'ਬੀਰ ਤਾਂ ਗ੍ਰਿਫ਼ਤਾਰ ਹੋ ਗਿਆ—ਬੀਰ ਹੀ ਨਹੀਂ ਬਹੁਤੇ।'

'ਤੂੰ ਕਿਵੇਂ ਬਚ ਗਿਆ?'

'ਬਚ ਗਿਆ ਹਾਂ ਕਿਸੇ ਵੇਲੇ ਵੀ ਗ੍ਰਿਫ਼ਤਾਰ ਹੋ ਜਾਣ ਵਾਸਤੇ।'

'ਹੁਣ ਕੀ ਕਰਨਾ ਏ?'

'ਉਨ੍ਹਾਂ ਦੇ ਆਉਣ ਦੀ ਉਡੀਕ। ਉਹ ਉਨ੍ਹਾਂ ਨੂੰ ਬਹੁਤ ਤਸੀਹੇ ਦੇ ਰਹੇ ਹਨ। ਉਨ੍ਹਾਂ ਵਿਚੋਂ ਸ਼ਾਇਦ ਕਈ ਵਾਪਿਸ ਨਾ ਆ ਸਕਣ।'

'ਖ਼ੁਦਾ ਨਾ ਕਰੇ, ਨਾ ਆਉਣ ਵਾਲਿਆਂ ਵਿਚ ਬੀਰ ਵੀ ਹੋਏ।' ਮੈਂ ਕਹਿਣਾ ਚਾਹਿਆ ਹੈ, ਪਰ ਕਹਿਣ ਦੀ ਲੋੜ ਨਹੀਂ ਸਮਝੀ।

'ਤੁਹਾਡੇ ਨਾਲ ਔਰਤਾਂ ਵੀ ਤੇ ਹੋਣਗੀਆਂ।'

'ਹਾਂ ਹੈ ਨੇ।'

'ਮੈਨੂੰ ਆਪਣੇ ਨਾਲ ਨਹੀਂ ਲੈ ਜਾਏਂਗਾ?'

'ਨਹੀਂ—ਔਰਤਾਂ ਵਾਸਤੇ ਇਹ ਰਸਤਾ ਹੋਰ ਵੀ ਖ਼ਤਰਨਾਕ ਏ।

'ਉਫ਼! ਦੀਪੂ ਤੂੰ ਵੀ?'

'ਸਮਝਣ ਦੀ ਕੋਸ਼ਿਸ਼ ਤਾਂ ਕਰ, ਤੈਨੂੰ ਤਾਂ ਪਤਾ ਹੈ ਸਾਡੀ ਪੁਲਿਸ.....'

'ਪਰ ਹੋਰ ਔਰਤਾਂ ਵੀ ਤਾਂ ਤੁਹਾਡੇ ਨਾਲ ਹਨ।'

'ਉਨ੍ਹਾਂ ਦੇ ਤਜ਼ਰਬੇ ਤੋਂ ਹੀ ਤਾਂ ਕਹਿ ਰਿਹਾ ਹਾਂ।'

'ਪਰ ਇੰਞ ਤਾਂ ਮੇਰੀ ਸਮਰਥਾ ਨੂੰ ਜੰਗਾਲ਼ ਲੱਗ ਜਾਏਗਾ।'

'ਮੈ ਜੁ ਹਾਂ, ਆਪਣੀ ਸਮਰਥਾ ਤੂੰ ਮੈਨੂੰ ਹੀ ਸਮਝ। ਆਖ਼ਿਰ ਅਸੀਂ ਉਸ ਦੁਨੀਆ ਵਾਸਤੇ ਹੀ ਤਾਂ ਲੜ ਰਹੇ ਹਾਂ, ਜਿਥੇ ਤੇਰੀ ਹੀ ਨਹੀਂ, ਕਿਸੇ ਦੀ ਵੀ ਸਮਰਥਾ ਨੂੰ ਜੰਗਾਲ਼ ਨਾ ਲੱਗੇ।'

ਮੈਂ ਚੁੱਪ ਹੋ ਜਾਂਦੀ ਹਾਂ। ਉਂਞ ਮਨ ਹੀ ਮਨ ਮੈਂ ਦੀਪ ਤੋਂ ਸ਼ਰਮਸਾਰ ਵੀ ਹਾਂ। ਸ੍ਰੀਦੇਵ ਦਾ ਹੱਥ ਫੜ ਕੇ ਤਾਂ ਮੈਂ ਉਸ ਰਸਤੇ ਵੱਲ ਤੁਰੀ ਜਾ ਰਹੀ ਹਾਂ, ਜਿਹੜਾ ਮੈਨੂੰ ਦੀਪੂ ਤੋਂ ਤੇ ਬੀਰ ਦੀ ਦੁਨੀਆ ਤੋਂ ਬਹੁਤ ਦੂਰ ਲੈ ਜਾਏਗਾ। ਸ੍ਰੀਦੇਵ ਤਾਂ ਦੀਪ ਦੇ, ਬੀਰ ਦੇ ਤੇ ਮੇਰੇ ਉਸ ਸੁਪਨੇ ਤੋਂ ਉੱਕਾ ਹੀ ਨਾਵਾਕਿਫ਼ ਹੈ। ਉਹ ਤਾਂ ਸਮਝਦਾ ਹੈ ਕਿ ਮੇਰਾ ਸੁਪਨਾ ਇਕ ਨਰਮ ਨਿੱਘੇ ਘਰ ਦੀ ਵਲਗਣ ਤੋਂ ਵੱਧ ਕੁਝ ਵੀ ਨਹੀਂ ਹੈ ਸ਼ਾਇਦ—ਮੇਰਾ ਸੁਪਨਾ—ਪਾਇਲ, ਨਵਨੀਤ, ਗੀਤਾ, ਅਰਚਨਾ, ਜੋਤੀ, ਛਮੀਆ, ਬੈਟੀ, ਸ਼ੀਲਾ, ਸ਼ੀਰੀਨ, ਤੇਜੀ, ਲਕਸ਼ਮੀ ਸਾਰੀਆਂ ਦਾ ਸੁਪਨਾ.....? ਨਹੀਂ, ਮੇਰਾ ਸੁਪਨਾ ਇਹਨਾਂ ਸਭ ਦਾ ਸੁਪਨਾ ਨਹੀਂ, ਮੇਰਾ ਸੁਪਨਾ ਤਾਂ ਮੇਰੇ ਉਨ੍ਹਾਂ ਹਮਜੋਲੀਆਂ ਦਾ ਸੁਪਨਾ ਹੈ, ਜਿਹੜੇ ਮੈਨੂੰ ਜ਼ਿੰਦਗੀ ਵਿਚ ਪਹਿਲੀ ਵਾਰ ਤੁਹਫ਼ੇ ਵਿਚ ਮਿਲੀਆਂ ਕਿਤਾਬਾਂ ਵਿਚੋਂ ਲੱਭੇ ਸਨ। ਉਦੋਂ ਉਨ੍ਹਾਂ ਸਭ ਨਾਵਾਂ ਵਿਚ ਕੋਈ ਵੀ ਮਾਦਾ ਨਾਮ ਨਹੀਂ ਸੀ। ਉਦੋਂ ਤਾਂ ਮੇਰਾ ਨਾਮ ਵੀ ਮਾਦਾ ਨਹੀਂ ਸੀ। ਹੁਣ ਆਪਣੀ ਨਿਸਬਤ ਮੈਂ ਮਾਦਾ ਨਾਵਾਂ ਵਾਲੀਆਂ ਦੇ ਸੁਪਨਿਆਂ ਨਾਲ ਕਿਵੇਂ ਜੋੜ ਲਵਾਂ। ਮੇਰਾ ਉਹ ਗ਼ੈਰਹਾਜ਼ਿਰ, ਗ਼ੈਰਹਾਜ਼ਿਰ ਹੀ ਸਹੀ, ਹੈ ਤਾਂ ਮੇਰੀ ਹੀ ਹਸਤੀ ਦਾ ਹਿੱਸਾ, ਉਹਦੇ ਬਿਨਾਂ ਤਾਂ ਮੈਂ ਬਿਲਕੁਲ ਅਧੂਰੀ ਰਹਿ ਜਾਵਾਂਗੀ।

ਸ੍ਰੀਦੇਵ ਦੀ ਮੁਹੱਬਤ ਨੇ ਆਪਣਾ ਰੰਗ ਤਾਂ ਹੁਣੇ ਹੀ ਦਿਖਾਉਣਾ ਸ਼ੁਰੂ ਕਰ ਦਿੱਤਾ ਹੈ। ਇਸ ਨੇ ਆਪਣੇ ਆਪ ਹੀ ਮੈਨੂੰ ਉਨ੍ਹਾਂ ਅਕਾਰਾਂ ਦੀ ਕਤਾਰ ਵਿਚ ਲਿਆ ਖੜ੍ਹਾ ਕੀਤਾ ਹੈ, ਜਿਨ੍ਹਾਂ ਨੂੰ ਮੈਂ ਆਪ ਵੀ ਪਿਲਪਿਲੇ ਮੰਨਦੀ ਹਾਂ। ਛੋਟੀਆਂ ਛੋਟੀਆਂ ਗੱਲਾਂ ਤੋਂ ਸ਼ੱਕ ਕਰਨਾ, ਪਾਗ਼ਲਪਨ ਦੀ ਹੱਦ ਤਕ ਰਸ਼ਕ ਕਰਨਾ, ਆਪਣੀਆਂ ਖ਼ੁਸ਼ੀਆਂ ਦਾ ਤੇ ਉਦਾਸੀਆਂ ਦਾ ਘੇਰਾ ਸੌੜਾ ਕਰੀ ਤੁਰੇ ਜਾਣਾ, ਆਪਣੀਆਂ ਉਡਾਣਾਂ ਨੂੰ ਸੀਮਤ ਰੱਖਣਾ, ਇਹ ਸਭ ਕੁਝ ਉਨ੍ਹਾਂ ਅਕਾਰਾਂ ਨਾਲ ਹੀ ਤਾਂ ਜੋੜਿਆ ਜਾਂਦਾ ਹੈ। ਸ੍ਰੀਦੇਵ ਦੇ ਇਕੱਲਿਆਂ ਕਸ਼ਮੀਰ ਜਾਣ ਤੋਂ ਮੈਂ ਏਨੀ ਉੱਖੜੀ ਹੋਈ ਕਿਉਂ ਸਾਂ? ਉਹ ਕਿਸੇ ਹੋਰ ਦਾ ਨਾਂ ਵੀ ਲਏ ਤਾਂ ਮੈਂ ਏਨੀ ਪ੍ਰੇਸ਼ਾਨ ਕਿਉਂ ਹੋ ਉੱਠਦੀ ਹਾਂ। ਇੰਞ ਤਾਂ ਇਹ ਸਭ ਕੁਝ ਮੇਰੀਆਂ ਹੱਡੀਆਂ ਵਿਚ ਹੀ ਉਤਰ ਜਾਏਗਾ। ਇੰਞ ਤਾਂ ਇਹੀ

ਸਭ ਕੁਝ ਮੇਰੀ ਵੀ ਆਦਤ ਬਣ ਕੇ ਰਹਿ ਜਾਏਗੀ। ਇੰਝ ਤਾਂ ਮੈਂ ਸਚਮੁੱਚ ਬੌਣੀ ਹੋ ਜਾਵਾਂਗੀ। ਨਹੀਂ ਮੈਨੂੰ ਇਹ ਸਭ ਕੁਝ ਮਨਜ਼ੂਰ ਨਹੀਂ। ਆਪਣੇ ਆਪ ਵਿਚੋਂ ਆਪਣਾ ਆਪ ਮਨਫ਼ੀ ਕਰ ਦੇਣ ਦੇ ਹੁਕਮਨਾਮਿਆਂ ਨੂੰ ਮੈਂ ਹਮੇਸ਼ਾ ਅਣਗੌਲਿਆਂ ਕੀਤਾ ਹੈ। ਪਰ ਹੁਣ ਕੁਦਰਤ ਕਿਸ ਤਰੀਕੇ ਨਾਲ ਮੈਥੋਂ ਇਹ ਸਭ ਕਰਵਾਉਣਾ ਚਾਹੁੰਦੀ ਹੈ। ਇਸ ਵੇਲੇ ਮੇਰਾ ਇਮਤਿਹਾਨ ਹੈ। ਮੈਨੂੰ ਆਪਣੇ ਉਸ ਸਾਬਤ ਸਬੂਤੇ ਰੂਪ ਦੇ ਸਾਹਮਣੇ ਸੱਚਿਆਂ ਰਹਿਣਾ ਹੀ ਪਏਗਾ। ਉਸੇ ਰੂਪ ਨੇ, ਉਸੇ ਨਾਂ ਨੇ ਹੀ ਤਾਂ ਮੈਨੂੰ ਬਿਹਤਰ ਹੋਣ ਦਾ ਅਹਿਸਾਸ ਦਿੱਤਾ ਸੀ। ਮੇਰੀ ਹਰ ਸੋਚ, ਹਰ ਕਰਮ, ਹਰ ਦੋਸਤੀ ਦਾ ਆਧਾਰ ਉਹੀ ਅਹਿਸਾਸ ਸੀ। ਫਿਰ ਇਹ ਸਾਰਾ ਅਣਸੋਚਿਆ, ਅਣਕਿਆਸਿਆ, ਅਣਇੱਛਤ ਕਿਵੇਂ ਬਦੋਬਦੀ ਵਾਪਰ ਗਿਆ। ਮੇਰੇ ਸਰੀਰ ਦੇ ਰੋਮ ਰੋਮ ਨੇ ਆਪ ਮੁਹਾਰੇ ਹੀ ਸ੍ਰੀਦੇਵ ਨਾਂ ਦਾ ਅਲਾਪ ਕਿਵੇਂ ਛੋਹ ਲਿਆ। ਨਹੀਂ—ਮੈਂ ਸਰੀਰ ਤੋਂ ਅੱਗੇ ਵਧਾਂਗੀ। ਇਹ ਸਰੀਰ ਹੀ ਤਾਂ ਮੇਰਾ ਦੁਸ਼ਮਣ ਹੈ। ਇਹਨੇ ਹਮੇਸ਼ਾ ਮੈਨੂੰ ਧੋਖਾ ਹੀ ਤਾਂ ਦਿੱਤਾ ਹੈ—ਵਿਸ਼ਵਾਸਘਾਤੀ।

ਹੁਣ ਹੋਰ ਮੈਂ ਕੁਝ ਬਰਦਾਸ਼ਤ ਨਹੀਂ ਕਰਾਂਗੀ। ਕਿਸੇ ਦੀ ਕੋਈ ਸਾਜ਼ਿਸ਼ ਕਾਮਯਾਬ ਨਹੀਂ ਹੋਣ ਦਿਆਂਗੀ। ਮੈਂ ਸ੍ਰੀਦੇਵ ਨਾਲ ਮਿਲਣਾ ਛੱਡ ਦਿਆਂਗੀ।

••••

ਆਪਣੀ ਇਸ ਲਿਖਤ ਨੂੰ ਥੋੜ੍ਹੇ ਬਹੁਤੇ ਸ਼ਬਦਾਂ ਦੇ ਹੇਰ ਫੇਰ ਨਾਲ ਉਹ ਹਰ ਰੋਜ਼ ਲਿਖਦੀ। ਫਿਰ ਉਹਨੂੰ ਕਈ ਕਈ ਵਾਰ ਪੜ੍ਹਦੀ ਤੇ ਦਿਨ ਦੇ ਹੀ ਕਿਸੇ ਪਹਿਰ ਵਿਚ ਪਾੜ ਕੇ ਸੁੱਟ ਦਿੰਦੀ। ਅਗਲੇ ਦਿਨ ਸਵੇਰੇ ਬੜੇ ਤੜਕੇ ਜਾਗ ਖੁੱਲ੍ਹ ਜਾਣ ਉੱਤੇ ਉਹੀ ਸਭ ਕੁਝ ਫਿਰ ਤੋਂ ਲਿਖਣਾ ਉਹਦੀ ਮਜਬੂਰੀ ਹੁੰਦਾ। ਸ੍ਰੀਦੇਵ ਨੂੰ ਅਲਵਿਦਾ ਕਹਿਣ ਦਾ ਫ਼ੈਸਲਾ ਕਰਦਿਆਂ ਹੀ ਉਹਨੇ ਸੋਚ ਲਿਆ ਸੀ ਕਿ ਉਸ ਤੋਂ ਬਾਅਦ ਉਹ ਕੁਝ ਚਿਰ ਲਈ ਪਿੰਡ ਚਲੀ ਜਾਏਗੀ। ਉਹ ਜਾਣਦੀ ਸੀ, ਉਹਨੂੰ ਅਲਵਿਦਾ ਕਹਿਣਾ ਉਹਦੀ ਲੋੜ ਜ਼ਰੂਰ ਹੈ, ਪਰ ਉਹਨੂੰ ਇਹ ਵੀ ਪਤਾ ਸੀ ਕਿ ਉਹਦੇ ਰੋਮ ਰੋਮ ਨੇ ਸ੍ਰੀਦੇਵ ਵਾਸਤੇ ਓਦਰ ਜਾਣਾ ਹੈ। ਉਹਦੀਆਂ ਓਦਰੀਆਂ ਹੋਈਆਂ ਅੱਖਾਂ ਨੇ, ਹੋਠਾਂ ਨੇ, ਹੱਥਾਂ ਨੇ, ਬਾਹਵਾਂ ਨੇ ਜੇ ਸ੍ਰੀਦੇਵ ਨੂੰ ਮਿਲਣ ਦੀ ਜ਼ਿਦ ਕੀਤੀ ਤਾਂ ਕਿਧਰੇ ਇਹ ਨਾ ਹੋਏ ਕਿ ਉਹ ਉਨ੍ਹਾਂ ਦੀ ਜ਼ਿਦ ਸਾਹਮਣੇ ਹਾਰ ਮੰਨ ਜਾਏ। ਪਿੰਡ ਜਾ ਕੇ ਉਹ ਆਪਣੇ ਆਪ ਦੇ ਅਤੇ ਆਪਣੀਆਂ ਕਿਤਾਬਾਂ ਦੇ

ਪੁਰਾਣੇ ਹਮਜੋਲੀਆਂ ਦੇ ਬਹੁਤਾ ਨੇੜੇ ਹੋਏਗੀ। ਉਹ ਆਪਣੇ ਪੁਰਾਣੇ ਸ੍ਵੈ ਨੂੰ ਮੁੜ ਪੂਰੀ ਤਰ੍ਹਾਂ ਜਾਗਰਿਤ ਕਰੇਗੀ। ਉਹ ਆਪਣੀਆਂ ਲੋੜਾਂ ਦਾ ਲੇਖਾ ਜੋਖਾ ਕਰੇਗੀ ਤੇ ਸ੍ਰੀਦੇਵ ਦੀ ਮੁਹੱਬਤ ਨੂੰ ਆਪਣੀ ਬਚਕਾਨਾ ਹਰਕਤ ਸਮਝ ਕੇ ਭੁੱਲ ਜਾਏਗੀ।

ਸ੍ਰੀਦੇਵ ਦੇ ਕਿੱਸੇ ਨੂੰ ਹਰ ਰੋਜ਼ ਲਿਖਦਿਆਂ ਤੇ ਪੜ੍ਹਦਿਆਂ ਫਿਰ ਉਹ ਸੋਚਣ ਲੱਗੀ ਕਿ ਇਹੀ ਸਭ ਕੁਝ ਕਿਉਂ? ਉਹ ਤਾਂ ਹੋਰ ਵੀ ਕਈ ਕੁਝ ਲਿਖ ਸਕਦੀ ਹੈ। ਤਦ ਅਚਾਨਕ ਇਹ ਖ਼ਿਆਲ ਚਕਾਚੌਂਧ ਕਰ ਗਿਆ ਕਿ ਦੀਪ ਤੇ ਬੀਰ ਜੇ ਉਹਨੂੰ ਆਪਣੇ ਨਾਲ ਨਹੀਂ ਲੈ ਜਾ ਰਹੇ ਤਾਂ ਉਹ ਉਨ੍ਹਾਂ ਦੇ ਨਾਲ ਤੁਰਨ ਦਾ ਕੋਈ ਹੋਰ ਰਸਤਾ ਲੱਭੇਗੀ। ਠੀਕ ਹੈ, ਹੁਣ ਤੋਂ ਬਾਅਦ ਉਹ ਜ਼ਿਹਨੀ ਉਡਾਨ ਵਿਚ ਬੀਰ ਦੇ ਨਾਲ ਉੱਡੇਗੀ। ਉਹਨੂੰ ਪਤਾ ਸੀ, ਉਹ ਉੱਡ ਸਕਦੀ ਹੈ।

ਉਸ ਤੋਂ ਬਾਅਦ ਉਹਨੂੰ ਇੰਝ ਜਾਪਣ ਲੱਗਾ, ਜਿਵੇਂ ਕਿਸੇ ਮਾਰੂ ਬਿਮਾਰੀ ਵਿਚ ਗ੍ਰਿਫ਼ਤਾਰ ਰਹਿਣ ਬਾਅਦ ਉਹ ਹੌਲੀ ਹੌਲੀ ਰਾਜ਼ੀ ਹੋ ਰਹੀ ਹੋਵੇ। ਜਿਵੇਂ ਬਹੁਤ ਦੂਰ ਨਿਕਲ ਜਾਣ ਬਾਅਦ ਉਹ ਹੌਲੀ ਹੌਲੀ ਆਪਣੇ ਆਪ ਵੱਲ ਪਰਤ ਰਹੀ ਹੋਵੇ।

ਇਕ ਗੱਲ ਦੀ ਉਹਨੂੰ ਹੈਰਾਨੀ ਹੈ, ਜਦੋਂ ਤੋਂ ਉਹ ਇਥੇ ਆਈ ਹੈ, ਉਹਦਾ ਕੋਈ ਵੀ ਬਚਪਨ ਦਾ ਸਾਥੀ ਉਹਨੂੰ ਮਿਲਣ ਵਾਸਤੇ ਨਹੀਂ ਆਇਆ। ਕੁੜੀਆਂ ਵਿਚੋਂ ਬਹੁਤੀਆਂ ਦੇ ਤਾਂ ਵਿਆਹ ਹੋ ਚੁੱਕੇ ਹਨ, ਉਂਝ ਵੀ ਬਚਪਨ ਵਿਚ ਕੁੜੀਆਂ ਨਾਲ ਉਹਦੀ ਦੋਸਤੀ ਹੁੰਦੀ ਹੀ ਕਦੋਂ ਸੀ। ਸਿਰਫ਼ ਤਾਰਾ ਤੇ ਨਿੰਮੋ ਹੀ ਉਹਦੇ ਬਹੁਤਾ ਨੇੜੇ ਸਨ। ਤਾਰਾ ਤਾਂ ਆਪਣੀ ਮਾਂ ਵਾਂਗ ਵਿਕ ਕੇ ਪਤਾ ਨਹੀਂ ਕਿਥੇ ਜਾ ਚੁੱਕੀ ਸੀ ਤੇ ਨਿੰਮੋ ਪਿਛਲੇ ਸਾਲ ਬੱਚੇ ਨੂੰ ਜਨਮ ਦਿੰਦਿਆਂ ਮਰ ਗਈ ਸੀ। ਮੁੰਡਿਆਂ ਵਿਚੋਂ ਉਹਨੂੰ ਆਪ ਈ ਪਤਾ ਹੈ ਕੋਈ ਵੀ ਕਿਉਂ ਨਹੀਂ ਆਇਆ। ਤਦ ਵੀ ਉਹ ਸੋਚਦੀ ਹੈ ਕਿ ਬੇਲੀ ਨੂੰ ਤਾਂ ਜ਼ਰੂਰ ਆਉਣਾ ਚਾਹੀਦਾ ਸੀ। ਦਾਦੀ ਜੀ ਨੇ ਦੱਸਿਆ ਹੈ ਕਿ ਉਨ੍ਹਾਂ ਦੇ ਚਲੇ ਜਾਣ ਪਿੱਛੋਂ ਬੇਲੀ ਛੇਤੀ ਹੀ ਸਕੂਲੋਂ ਹਟ ਕੇ ਆਪਣੇ ਬਾਪ ਨਾਲ ਕੰਮ ਕਰਵਾਉਣ ਲੱਗ ਪਿਆ ਸੀ। ਉਹਦੇ ਅਤੇ ਬੇਲੀ ਦੇ ਵਿਚ ਹੁਣ ਜੁਗਾਂ ਜੁਗਾਂਤਰਾਂ ਦਾ ਫ਼ਾਸਲਾ ਹੈ। ਹੁਣ ਤਕ ਤਾਂ ਬੇਲੀ ਉਹ ਸਾਰੀਆਂ ਖੇਡਾਂ, ਉਹ ਸਾਰੀਆਂ ਸ਼ਰਾਰਤਾਂ ਉੱਕਾ ਹੀ ਭੁੱਲ ਭੁਲਾ ਚੁੱਕਿਆ ਹੋਵੇਗਾ, ਸੋਚ ਕੇ ਉਹਦਾ ਕੋਈ ਕੋਣਾ ਪੀੜ ਪੀੜ ਹੋ ਉੱਠਦਾ ਹੈ।

ਘਰ ਵਿਚ ਹੁਣ ਦਾਦੀ ਜੀ ਇਕੱਲੇ ਰਹਿੰਦੇ ਹਨ। ਚਾਚੀ ਜੀ ਤੇ ਚਾਚਾ ਜੀ ਵੀਰ ਅਮਰ ਕੋਲ ਚਲੇ ਗਏ ਹਨ। ਚੇਤੀ ਦਾ ਵਿਆਹ ਵੀ ਉਨ੍ਹਾਂ ਨੇ ਉਥੇ ਜਾ ਕੇ ਹੀ ਕੀਤਾ ਸੀ। ਦਾਦੀ ਜੀ ਨੂੰ ਉਹ ਵੀ ਕਹਿੰਦੇ ਹਨ ਤੇ ਪਿਤਾ ਜੀ ਵੀ, ਕਿ ਉਹ ਜਾ ਕੇ ਉਨ੍ਹਾਂ ਕੋਲ ਰਹਿਣ, ਪਰ ਦਾਦੀ ਜੀ ਏਡੇ ਸਖ਼ਤ ਜਾਨ ਤੇ ਮਾਣਮੱਤੇ ਹਨ ਕਿ ਕਿਸੇ ਕੋਲ ਜਾ ਕੇ ਰਹਿਣ ਵਾਸਤੇ ਮੰਨਦੇ ਹੀ ਨਹੀਂ। ਕਹਿੰਦੇ ਹਨ, ਜਦੋਂ ਮੇਰੇ ਹੱਡ ਪੈਰ ਜਵਾਬ ਦੇ ਜਾਣਗੇ ਤਾਂ ਆ ਕੇ ਲੈ ਜਾਣਾ।

ਦਾਦੀ ਜੀ ਕੋਲੋਂ ਉਹ ਕਈ ਵਾਰੀ ਆਪਣੇ ਬਚਪਨ ਦੇ ਸਾਥੀਆਂ ਬਾਰੇ ਪੁੱਛਣ ਲਗ ਜਾਂਦੀ ਹੈ। ਹਰ ਇਕ ਦੀ ਆਪਣੀ ਹੀ ਕਹਾਣੀ ਹੈ। ਤਾਰਾ, ਜਿਹਨੂੰ ਦਾਦੀ ਜੀ ਸ਼ੁਰੂ ਤੋਂ ਹੀ ਤਾਰੋ ਕਹਿੰਦੇ ਰਹੇ ਹਨ, ਦੀ ਕਹਾਣੀ ਸੁਣ ਕੇ ਉਹਦਾ ਮਨ ਬੇਹਦ ਬੇਚੈਨ ਹੋ ਉੱਠਿਆ ਸੀ। ਕਿਵੇਂ ਆਪਣੇ ਵਿਕਣ ਉੱਤੇ ਉਹ ਕੰਧਾਂ ਨਾਲ ਟੱਕਰਾਂ ਮਾਰ ਮਾਰ ਕੇ ਰੋਈ ਸੀ। ਕਿਵੇਂ ਪਿੰਡ ਦੀ ਜੂਹ ਵਿਚੋਂ ਨਿਕਲ ਕੇ, ਉਹ ਟਾਂਗੇ ਵਿਚੋਂ ਛਾਲ ਮਾਰ ਕੇ ਦੌੜ ਆਈ ਸੀ, ਪਰ ਅਗਲੇ ਉਹਨੂੰ ਫਿਰ ਫੜ ਕੇ ਲੈ ਗਏ ਸਨ। ਉਹਨੇ ਇਕ ਗੱਲ ਵੇਖੀ ਹੈ ਕਿ ਕੁੜੀਆਂ ਬਾਰੇ ਦੱਸਦਿਆਂ ਉਹ ਬੜੇ ਵਿਸਥਾਰ ਵਿਚ ਚਲੇ ਜਾਂਦੇ ਹਨ। ਛੋਟੀ ਛੋਟੀ ਗੱਲ ਵੀ ਦੱਸਦੇ ਹਨ, ਪਰ ਮੁੰਡਿਆਂ ਦੇ ਜ਼ਿਕਰ ਤੋਂ ਉਹ ਬਹੁਤ ਖ਼ੁਸ਼ ਨਹੀਂ ਹੁੰਦੇ। ਇਕ ਦੋ ਗੱਲਾਂ ਕਰਕੇ ਟਾਲ ਜਾਂਦੇ ਹਨ। ਉਂਝ ਵੀ ਉਹ ਕਈ ਵਾਰੀ ਬਨੇਰੇ ਕੋਲ ਖੜ੍ਹੀ ਹੋ ਕੇ ਆਪਣੇ ਬਚਪਨ ਦੇ ਨਿਸ਼ਾਨਾਂ ਨੂੰ ਵੇਖ ਰਹੀ ਹੋਏ ਤਾਂ ਕੋਲ ਆ ਕੇ ਖਲੋ ਜਾਂਦੇ ਹਨ ਤੇ ਨਜ਼ਰ ਦੀ ਹੱਦ ਵਿਚ ਆਉਣ ਵਾਲੇ ਹਰ ਕਿਸੇ ਦਾ ਜਾਇਜ਼ਾ ਲੈਣਾ ਸ਼ੁਰੂ ਕਰ ਦਿੰਦੇ ਹਨ। ਉਂਝ ਇਹ ਸਭ ਕੁਝ ਉਹਨੂੰ ਹੁਣ ਓਪਰਾ ਨਹੀਂ ਜਾਪਦਾ, ਸਗੋਂ ਐਨ ਕੁਦਰਤੀ ਜਾਪਦਾ ਹੈ। ਇਹ ਸਭ ਕੁਝ ਤਾਂ ਉਹਦੇ ਨਾਲ ਬਹੁਤ ਦੇਰ ਤੋਂ ਹੋਣਾ ਸ਼ੁਰੂ ਹੋ ਗਿਆ ਹੋਇਆ ਹੈ। ਤੇ ਉਹਨੂੰ ਪਤਾ ਹੈ ਹੋਰਨਾਂ ਨਾਲ ਵੀ ਹੁੰਦਾ ਹੈ।

ਇਕ ਦਿਨ ਉਹਨੇ ਕੋਠੇ ਉੱਤੋਂ ਵੇਖਿਆ ਹੈ ਕਿ ਹੇਠਾਂ ਕੋਈ ਮੁੰਡਾ ਆਂਡੇ ਲੈ ਕੇ ਆਇਆ ਹੈ। ਸ਼ਕਲ ਉਹਨੂੰ ਬਹੁਤ ਪਹਿਚਾਣੀ ਹੋਈ ਜਾਪ ਰਹੀ ਹੈ। ਤਦੇ ਦਾਦੀ ਜੀ ਖਿੜਕੀ ਵਿਚੋਂ ਝਾਕ ਕੇ ਉਹਨੂੰ ਕਹਿੰਦੇ ਹਨ, 'ਠਹਿਰੀਂ ਬੇਲੀ, ਕੋਠੇ ਨਾ ਆਈਂ, ਕੁੱਤਾ ਖੁੱਲ੍ਹਾ ਹੋਇਆ ਏ, ਹੇਠਾਂ ਆ ਕੇ ਈ ਲੈ ਜਾਨੀ ਆਂ।'

'ਹੈਂ, ਇਹ ਬੇਲੀ ਏ?' ਉਹ ਸਿਰਫ਼ ਏਨਾ ਹੀ ਕਹਿੰਦੀ ਹੈ ਤੇ ਬਿਨਾਂ

ਦਾਦੀ ਜੀ ਦਾ ਕੋਈ ਪ੍ਰਤੀਕਰਮ ਜਾਣਿਆਂ ਮੋਢਿਆਂ ਉੱਤੇ ਚੁੰਨੀ ਲਏ ਬਿਨਾਂ ਦੌੜਦੀ ਪੌੜੀਆਂ ਉਤਰ ਜਾਂਦੀ ਹੈ। ਖ਼ੁਸ਼ੀ ਨਾਲ ਉਹ ਜਿਵੇਂ ਮਿਉਂ ਨਹੀਂ ਰਹੀ। ਉਚੇਚਾ ਉਹਨੂੰ ਮਿਲਣ ਭਾਵੇਂ ਨਾ ਆਇਆ ਹੋਵੇ, ਪਰ ਬੇਲੀ ਆਇਆ ਤਾਂ ਹੈ।

ਉਹਦੇ ਵੱਲ ਵੇਖ ਕੇ ਉਹ ਖੁੱਲ੍ਹ ਕੇ ਮੁਸਕਰਾਉਂਦੀ ਹੈ। ਬੇਲੀ ਦੇ ਬੁੱਲ੍ਹਾਂ ਉੱਤੇ ਵੀ ਇਕ ਹਲਕੀ ਜਿਹੀ ਲਕੀਰ ਖਿੱਚੀ ਜਾਂਦੀ ਹੈ। ਉਂਝ ਜਿਹਨੂੰ ਮੁਸਕਰਾਉਣਾ ਨਹੀਂ ਕਿਹਾ ਜਾ ਸਕਦਾ। ਉਹ ਝਟਪਟ ਨਜ਼ਰਾਂ ਝੁਕਾ ਲੈਂਦਾ ਹੈ ਤੇ ਆਂਡਿਆਂ ਵਾਲਾ ਛਿੱਕੂ ਚੁੱਪ-ਚਾਪ ਉਹਦੇ ਸਾਹਮਣੇ ਕਰ ਦਿੰਦਾ ਹੈ।

'ਮੈਨੂੰ ਪਛਾਣਿਆ ਨਹੀਂ?' ਉਹ ਪੁੱਛਦੀ ਹੈ।

'ਪਛਾਣਿਆ ਕਿਉਂ ਨਹੀਂ, ਕੀ ਕਰਦੇ ਓ ਅੱਜ ਕਲ੍ਹ?'

'ਬਸ, ਕੁਝ ਵੀ ਨਹੀਂ। ਪੜ੍ਹ ਰਹੀ ਸਾਂ, ਹੁਣ ਕੋਈ ਨੌਕਰੀ ਲੱਭ ਰਹੀ ਹਾਂ ਤੇ ਤੁਸੀਂ?'

ਉਹ ਉਹਨੂੰ ਤੁਸੀਂ ਨਹੀਂ ਸੀ ਕਹਿਣਾ ਚਾਹੁੰਦੀ, ਪਰ ਉਹਨੇ ਤੁਸੀਂ ਕਹਿਣ ਦੀ ਪਹਿਲ ਕਰ ਲਈ ਹੈ।

'ਮੈਂ ਉਹੀ ਪਿਉ ਦਾਦੇ ਵਾਲਾ ਕੰਮ, ਹੋਰ ਕੀ ਕਰਨਾ ਸੀ।'

'ਹੋਰ ਬਾਕੀ ਸਭ ਦਾ ਕੀ ਹਾਲ ਏ? ਕਦੀ.....।'

ਤਦੇ ਉਹਦਾ ਧਿਆਨ ਕੋਠੇ ਵੱਲ ਜਾਂਦਾ ਹੈ। ਥੋੜ੍ਹੀ ਜਿਹੀ ਖੁੱਲ੍ਹੀ ਹੋਈ ਖਿੜਕੀ ਦੀ ਝੀਥ ਵਿਚੋਂ ਦਾਦੀ ਜੀ ਝਾਕ ਰਹੇ ਹਨ। ਗੱਲ ਉਹਦੇ ਮੂੰਹ ਵਿਚ ਲੜਖੜਾ ਜਾਂਦੀ ਹੈ। ਛੇਤੀ ਨਾਲ ਧਿਆਨ ਹੇਠਾਂ ਕਰਕੇ ਉਹ ਗੱਲ ਪੂਰੀ ਕਰਦੀ ਹੈ। ਚਾਹੁੰਦੀ ਹੈ ਕਿ ਬੇਲੀ ਕੋਠੇ ਵੱਲ ਨਾ ਵੇਖੇ,

'.....ਕਦੀ ਮਾਸਟਰ ਜੀ ਨਾਲ ਮੇਲ ਹੋਇਆ?'

ਪਰ ਇੰਨੇ ਚਿਰ ਵਿਚ ਬੇਲੀ ਨੇ ਵੀ ਕੋਠੇ ਵੱਲ ਵੇਖ ਲਿਆ ਹੈ। ਉਹ ਵੀ ਥਿੜਕੇ ਹੋਏ ਬੋਲਾਂ ਵਿਚ ਜਵਾਬ ਦਿੰਦਾ ਹੈ।

'ਬਾਕੀ ਸਾਰੇ ਵੀ ਠੀਕ ਹਨ, ਰੁੱਝੇ ਹੋਏ ਹਨ ਆਪੋ ਆਪਣੇ ਥਾਂ। ਮਾਸਟਰ ਜੀ ਨਾਲ ਨਹੀਂ ਮੁੜ ਮੇਲ ਹੋਇਆ। ਜਦੋਂ ਤੋਂ ਉਨ੍ਹਾਂ ਦੀ ਬਦਲੀ ਹੋਈ ਹੈ..... ਬਸ ਮੈਂ ਚਲਦਾਂ ਹੁਣ ਫਿਰ।'

ਪੌੜੀਆਂ ਚੜ੍ਹਦੀ ਉਹ ਸੋਚ ਰਹੀ ਹੈ, ਥੋੜ੍ਹੀ ਖੁੱਲ੍ਹੀ ਖਿੜਕੀ ਦੇ ਪਿੱਛੇ

ਦਾਦੀ ਜੀ ਸ਼ਾਇਦ ਨਾ ਹੀ ਹੋਣ। ਇਹ ਉਹਦਾ ਭੁਲੇਖਾ ਹੀ ਹੋਏ ਸ਼ਾਇਦ। ਉੱਤੇ ਪਹੁੰਚਦੀ ਹੈ ਤਾਂ ਦਾਦੀ ਜੀ ਦੂਸਰੇ ਕਮਰੇ ਵਿਚੋਂ ਨਿਕਲਣ ਦਾ ਨਾਟਕ ਕਰਦੇ ਹਨ। ਉਹ ਖਿੜਕੀ ਪੂਰੀ ਬੰਦ ਕਰਕੇ ਕੁੰਡੀ ਵੀ ਲਾਈ ਹੋਈ ਹੈ। ਕੱਚਾ ਚੋਰ, ਉਹ ਸੋਚਦੀ ਹੈ ਤੇ ਉਹਦਾ ਮਨ ਘਿਣ ਜਿਹੀ ਨਾਲ ਭਰ ਜਾਂਦਾ ਹੈ।

'ਤੂੰ ਕਾਹਨੂੰ ਜਾਣਾ ਸੀ ਹੇਠਾਂ, ਮੈਂ ਆਪੇ ਜਾ ਕੇ ਲੈ ਆਉਂਦੀ।' ਉਹ ਸਿਰਫ਼ ਏਨਾ ਹੀ ਕਹਿ ਰਹੇ ਹਨ, ਪਰ ਜਾਪ ਰਿਹਾ ਹੈ, ਜਿਵੇਂ ਉਹ ਇਹ ਵੀ ਕਹਿ ਰਹੇ ਹੋਣ, 'ਬੇਸ਼ਰਮ, ਬੇਹਯਾ, ਨਿਰਲੱਜ, ਕਿਵੇਂ ਦੌੜਦੀ ਹੋਈ ਉੱਤਰੀ ਸੀ ਹੇਠਾਂ, ਜਿਵੇਂ ਇਹਦਾ ਯਾਰ ਆਇਆ ਹੋਵੇ।

ਦਾਦੀ ਜੀ ਦੇ ਇਹ ਅਣਬੋਲੇ ਸ਼ਬਦ ਉਹਨੇ ਕਿਵੇਂ ਸੁਣੇ। ਪਰ ਇਹ ਕੋਈ ਪਹਿਲੀ ਵਾਰ ਤਾਂ ਨਹੀਂ। ਇਹ ਅਣਬੋਲੇ ਸ਼ਬਦ ਤਾਂ ਉਹਨੇ ਪਹਿਲਾਂ ਵੀ ਅਨੇਕਾਂ ਵਾਰ ਸੁਣੇ ਹਨ, ਇੰਝ ਹੀ ਅਣਬੋਲਿਆਂ।

ਉਹਨੂੰ ਜਾਪ ਰਿਹਾ ਹੈ, ਜਿਵੇਂ ਉਹ ਇਕ ਪਲ ਵਿਚ ਬੌਣੀ ਹੋ ਗਈ ਹੈ– ਇਕ ਗਿੱਠ ਤੇ ਇਕ ਮੁੱਠੀ। ਬਸ.....ਏਨਾ ਕੁ ਹੀ, ਸਿਰਫ਼ ਇਕ ਗਿਠਮੁਠੀਆ।

ਜਦੋਂ ਵੀ ਕਦੀ ਇੰਝ ਹੁੰਦਾ ਹੈ, ਹਰ ਵਾਰੀ ਉਹਦੇ ਅੰਦਰ ਹੀ ਜਿਵੇਂ ਕੋਈ ਕਹਿ ਉੱਠਦਾ ਹੋਵੇ ਕਿ ਚਿਹਰੇ ਉਤੇ ਬੇਹਯਾਈ ਅਤੇ ਨਿਰਲੱਜਤਾ ਦੇ ਥੋਪ ਦਿੱਤੇ ਗਏ ਦਾਗ਼ਾਂ ਨੂੰ ਲੁਕਾਉਣ ਵਾਸਤੇ ਲੰਮਾ ਸਾਰਾ ਘੁੰਡ ਕੱਢ ਲਏ, ਹਮੇਸ਼ਾ ਹਮੇਸ਼ਾ ਵਾਸਤੇ ਪਰਦਾ-ਨਸ਼ੀਨ ਬਣ ਜਾਏ।

ਪਰ ਆਖ਼ਿਰ, ਅਣਕੀਤੇ ਗੁਨਾਹਾਂ ਦੀ ਸਜ਼ਾ ਵਿਚ ਉਹ ਕਦੋਂ ਤਕ ਤਹਿ-ਦਰ-ਤਹਿ ਘੁੰਡ ਹੇਠਾਂ ਲੁਕਦੀ ਰਹੇਗੀ।

••••

ਵਾਪਸ ਆਉਣ ਤੋਂ ਇਕ ਸ਼ਾਮ ਪਹਿਲੋਂ ਉਹਨੇ ਬੜੀ ਸ਼ਿੱਦਤ ਨਾਲ ਚਾਹਿਆ ਕਿ ਇਕ ਵਾਰੀ ਉਹ ਆਪਣੇ ਸਕੂਲ ਨੂੰ ਵੇਖਣ ਜਾ ਸਕੇ। ਪਰ ਹੁਣ ਸਕੂਲ ਦੀ ਉਹ ਪੁਰਾਣੀ ਇਮਾਰਤ ਕਿੰਨੇ ਹੀ ਸਾਲਾਂ ਤੋਂ ਵੀਰਾਨ ਪਈ ਸੀ। ਸਕੂਲ ਕਿਸੇ ਹੋਰ ਨਵੀਂ ਇਮਾਰਤ ਵਿਚ ਚਲਾ ਗਿਆ ਸੀ। ਪੁਰਾਣੀ ਇਮਾਰਤ ਦਾ ਕੋਈ ਵਾਰਿਸ ਪਿੰਡ ਵਿਚ ਰਹਿੰਦਾ ਨਾ ਹੋਣ ਕਰਕੇ ਉਹਦੇ ਦਰਵਾਜ਼ੇ ਖਿੜਕੀਆਂ ਲੋਕੀ ਲਾਹ ਕੇ ਲੈ ਗਏ ਹੋਏ ਸਨ। ਉਹਦੀ ਇਕ ਛੱਤ ਡਿੱਗ ਚੁੱਕੀ ਸੀ ਤੇ ਹੁਣ ਉਹ ਇਮਾਰਤ ਲਗਭਗ ਖੰਡਰ ਹੀ ਸੀ।

ਉਹ ਉਸ ਇਮਾਰਤ ਨੂੰ ਸਜਦਾ ਕਰਨ ਲਈ ਜਾਣਾ ਚਾਹੁੰਦੀ ਸੀ, ਜਿੱਥੇ ਉਹਦੀ ਹੋਂਦ ਦੇ ਸਾਬਤ ਸਬੂਤੇ ਰਹਿ ਸਕਣ ਦੀ ਸੰਭਾਵਨਾ ਨੂੰ ਪਹਿਲੋਂ ਪਹਿਲ ਕਿਸੇ ਨੇ ਤਸਲੀਮ ਕੀਤਾ ਸੀ। ਜਿਸ ਇਮਾਰਤ ਨੇ ਉਹਨੂੰ ਆਪਣਾ ਇਕ ਹਰਿਆਲਾ ਸੁਪਨਾ ਆਪਣੀ ਮਨਮਰਜ਼ੀ ਨਾਲ, ਕਿਸੇ ਨਾਲ ਜੋੜ ਸਕਣ ਦਾ ਮੌਕਾ ਦਿੱਤਾ ਸੀ।

ਪਰ ਉਹ ਡਰਦੀ ਰਹੀ। ਬੀਤੇ ਦਿਨਾਂ ਦੇ, ਸਫ਼ੈਦ ਪਰਾਂ ਵਾਲੇ ਉਡਾਰੀ ਲਾ ਚੁੱਕੇ ਫ਼ਰਿਸ਼ਤੇ ਦੇ ਝੜੇ ਹੋਏ ਖੰਭਾਂ ਦੀ ਖੋਜ ਵਿਚ ਉਹ ਉਥੇ ਨਾ ਜਾ ਸਕੀ। ਉਹਨੂੰ ਯਾਦ ਸੀ, ਬਿਨਾਂ ਛੱਤ ਵਾਲੇ ਖੰਡਰਾਂ ਦੀ ਕੰਧ ਪਿੱਛੋਂ ਲਾਲ ਅੱਖਾਂ ਵਾਲੇ ਪ੍ਰੇਤ ਵੀ ਝਾਕਿਆ ਕਰਦੇ ਹਨ।

ਤਿੰਨ

ਇਕ ਵਾਰੀ ਪਹਿਲੋਂ ਵੀ ਇਸ ਰੇਲਵੇ ਸਟੇਸ਼ਨ ਉੱਤੋਂ ਉਹ ਪਿੰਡ ਨੂੰ ਲੰਮੇ ਸਮੇਂ ਲਈ ਅਲਵਿਦਾ ਕਹਿ ਕੇ ਤੁਰੀ ਸੀ। ਉਦੋਂ ਉਹਨੇ ਹਲਕੇ ਨੀਲੇ ਰੰਗ ਦੀ ਡੱਬੀਆਂ ਵਾਲੀ ਸ਼ਰਟ ਪਹਿਨੀ ਹੋਈ ਸੀ। ਨੀਲੇ ਹੀ ਰੰਗ ਦੀ ਪੈਂਟ, ਚੌੜੇ ਚੌੜੇ ਮਰਦਾਵੇਂ ਬੂਟ, ਸਿਰ ਦੇ ਵਾਲ ਬਹੁਤ ਛੋਟੇ ਛੋਟੇ ਕੱਟੇ ਹੋਏ, ਮੁੰਡਿਆਂ ਵਾਂਗ। ਅਜੀਬ ਇਤਫ਼ਾਕ ਹੀ ਸੀ ਕਿ ਅੱਜ ਵੀ ਉਹਨੇ ਨੀਲੇ ਹੀ ਰੰਗ ਦੇ ਕਪੜੇ ਪਹਿਨੇ ਹੋਏ ਸਨ। ਨੀਲੀ, ਫੁੱਲਦਾਰ ਕਮੀਜ਼, ਨੀਲੀ ਸਲਵਾਰ ਤੇ ਵੱਡੇ ਸਾਰੇ ਨੀਲੇ ਦੁਪੱਟੇ ਵਿਚ ਉਹਨੇ ਆਪਣੇ ਆਪ ਨੂੰ ਅੱਧਾ ਲਪੇਟਿਆ ਹੋਇਆ ਸੀ। ਉਦੋਂ ਵੀ ਉਹਦਾ ਦਿਲ ਉਦਾਸ ਸੀ, ਪਿੱਛੋਂ ਵਾਸਤੇ ਖੋਹ ਵੀ ਪੈ ਰਹੀ ਸੀ, ਪਰ ਤਾਂ ਵੀ ਉਹ ਅਤੇ ਦੀਪੂ ਸਟੇਸ਼ਨ ਉੱਤੇ ਇਧਰ ਉਧਰ ਤੁਰ ਫਿਰ ਰਹੇ ਸਨ। ਪਰ ਅੱਜ ਉਹ ਚੁੱਪਚਾਪ ਇਕ ਬੈਂਚ ਉੱਤੇ ਬੈਠੀ ਹੋਈ ਸੀ। ਉਹਦੇ ਕੋਲ ਹੀ ਚੁੱਪਚਾਪ ਬੈਠੀ ਹੋਈ ਸੀ, ਉਹਨੂੰ ਗੱਡੀ ਉੱਤੇ ਚੜ੍ਹਾਉਣ ਵਾਸਤੇ ਆਈ ਹੋਈ ਕਰਮੋਂ ਚਾਚੀ। ਦਾਦੀ ਜੀ ਗੋਡਿਆਂ ਵਿਚ ਪੀੜ ਹੋਣ ਕਰਕੇ ਆਪ ਨਹੀਂ ਸਨ ਆਏ। ਉਨ੍ਹਾਂ ਨੇ ਕਰਮੋਂ ਨੂੰ ਭੇਜ ਦਿੱਤਾ ਸੀ। ਉਨ੍ਹਾਂ ਤੋਂ ਥੋੜ੍ਹਾ ਹਟ ਕੇ ਤਿੰਨ ਛੋਕਰੇ ਖੜ੍ਹੇ, ਆਪਸ ਵਿਚ ਫ਼ਿਲਮਾਂ ਦੇ ਸੈਕਸ ਦ੍ਰਿਸ਼ਾਂ ਬਾਰੇ ਦੋਹਰੇ ਮਤਲਬ ਨਾਲ ਇੰਝ ਗੱਲਾਂ ਕਰ ਰਹੇ ਸਨ, ਜਿਵੇਂ ਚਾਹੁੰਦੇ ਹੋਣ ਕਿ ਗੱਲਾਂ ਦੀ ਉਹਨੂੰ ਹੀ ਸਮਝ ਲੱਗੇ, ਕੋਲ ਬੈਠੀ ਕਰਮੋਂ ਨੂੰ ਸਮਝ ਨਾ ਲੱਗੇ। ਉਂਝ ਵੀ ਕਰਮੋਂ ਤਾਂ ਉਨ੍ਹਾਂ ਦੀਆਂ ਗੱਲਾਂ ਸੁਣ ਹੀ ਨਹੀਂ ਸੀ ਰਹੀ, ਬੈਠੀ ਬੈਠੀ ਸਿਰਫ਼ ਊਂਘ ਰਹੀ ਸੀ। ਉਹ ਛੋਕਰੇ ਉਨ੍ਹਾਂ ਕੋਲੋਂ ਥੋੜ੍ਹਾ ਹਟ ਕੇ ਹੀ ਖੜ੍ਹੇ ਸਨ। ਪਰ ਉਹਨੂੰ ਜਾਪ ਰਿਹਾ ਹੈ, ਉਹਨਾਂ ਦੇ ਮੂੰਹ ਵਿਚੋਂ ਥੁੱਕਾਂ ਦੀਆਂ ਛਿੱਟਾਂ ਲਗਾਤਾਰ ਉਹਦੇ ਉੱਤੇ ਡਿੱਗ ਰਹੀਆਂ ਹਨ। ਉਨ੍ਹਾਂ ਛਿੱਟਾਂ ਤੋਂ ਬਚਣ ਵਾਸਤੇ ਉਹ ਆਪਣੇ ਦੁਆਲੇ ਲਪੇਟੇ ਹੋਏ ਦੁੱਪਟੇ ਨੂੰ ਹੋਰ ਵੀ ਘੁੱਟ ਕੇ ਲਪੇਟਣਾ ਚਾਹ ਰਹੀ ਹੈ। ਪਰ ਛਿੱਟਾਂ ਹਨ ਕਿ ਲਗਾਤਾਰ ਡਿੱਗਦੀਆਂ ਹੀ ਜਾ ਰਹੀਆਂ ਹਨ। ਉਹਦਾ ਮਨ ਇਕ ਗ਼ਲਾਜ਼ਤ ਦੇ ਅਹਿਸਾਸ ਨਾਲ ਭਰਦਾ ਜਾ ਰਿਹਾ ਹੈ। ਉਹਦਾ ਮਨ ਤਾਂ ਇਕ ਦਰਦ ਨਾਲ ਭਰਿਆ ਹੋਇਆ ਸੀ—ਬੀਰ ਵਾਸਤੇ, ਤਾਰਾ ਵਾਸਤੇ, ਬੇਲੀ ਵਾਸਤੇ, ਗਏ ਗਵਾਚੇ

ਦਿਨਾਂ ਦੇ ਬਹੁਰੰਗੇ ਸੁਪਨਿਆਂ ਦੇ ਉੱਡ-ਪੁੱਡ ਗਏ ਰੰਗਾਂ ਵਾਸਤੇ ਤੇ ਸ੍ਰੀਦੇਵ ਵਾਸਤੇ ਵੀ। ਉਹ ਉਸ ਦਰਦ ਦੀ ਸ਼ਿੱਦਤ ਨੂੰ ਮਾਨਣਾ ਚਾਹੁੰਦੀ ਸੀ। ਇਸ ਸਟੇਸ਼ਨ ਉੱਤੇ ਆਖੀ ਗਈ ਉਸ ਪਹਿਲੀ ਅਲਵਿਦਾਈ ਨੂੰ ਮਨ ਹੀ ਮਨ ਦੁਹਰਾਉਣਾ ਚਾਹੁੰਦੀ ਸੀ, ਪਰ ਇਹ ਤਾਂ ਬਦੋਬਦੀ ਉਹਦਾ ਧਿਆਨ ਬੋਅ ਮਾਰੀਆਂ ਛਿੱਟਾਂ ਵੱਲ ਦੁਆ ਰਹੇ ਹਨ। ਠੀਕ ਹੈ, ਇਹ ਸਟੇਸ਼ਨ ਤੁਹਾਡਾ ਹੀ ਹੈ। ਤੁਸੀਂ ਇਥੇ ਜੋ ਮਰਜ਼ੀ ਬੋਲ ਸਕਦੇ ਹੋ, ਕਹਿ ਸਕਦੇ ਹੋ, ਕਰ ਸਕਦੇ ਹੋ। ਮੈਂ ਤਾਂ ਇਕ ਬੈਂਚ ਉੱਤੇ ਬੈਠ ਕੇ ਆਪਣੀ ਮਰਜ਼ੀ ਨਾਲ ਸੋਚ ਵੀ ਨਹੀਂ ਸਕਦੀ।' ਇਹ ਲਫ਼ਜ਼ ਉਹਨੇ ਕਈਆਂ ਥਾਵਾਂ ਉੱਤੇ, ਕਈਆਂ ਲੋਕਾਂ ਨੂੰ ਕਹੇ ਹਨ । ਹਰ ਵਾਰੀ ਉਸੇ ਤਲਖ਼ੀ, ਉਸੇ ਨਫ਼ਰਤ, ਉਸੇ ਬੇਬਸੀ ਨਾਲ। ਪਰ ਕਦੀ ਕਿਸੇ ਨੇ ਇਹਨਾਂ ਲਫ਼ਜ਼ਾਂ ਨੂੰ ਸੁਣਨਾ ਨਹੀਂ ਚਾਹਿਆ।

ਗੱਡੀ ਆਈ ਹੈ ਤਾਂ ਉਹ ਛੇਤੀ ਨਾਲ ਆਪਣਾ ਸਾਮਾਨ ਚੁੱਕ ਕੇ ਔਰਤਾਂ ਵਾਲੇ ਡੱਬੇ ਵਿਚ ਚੜ੍ਹ ਗਈ ਹੈ। ਮੁੰਡਿਆਂ ਨੇ ਵੀ ਉਸੇ ਡੱਬੇ ਵੱਲ ਵਧਣ ਦੀ ਕੋਸ਼ਿਸ਼ ਕੀਤੀ ਹੈ, ਪਰ ਉਹਨੇ ਇਹ ਕਹਿ ਕੇ, 'ਵੇਖਦੇ ਨਹੀਂ, ਇਹ 'ਸਿਰਫ਼ ਔਰਤਾਂ' ਵਾਸਤੇ ਹੈ' ਛੇਤੀ ਨਾਲ ਦਰਵਾਜ਼ਾ ਅੰਦਰੋਂ ਬੰਦ ਕਰ ਲਿਆ ਹੈ। ਖਿੜਕੀ ਵਿਚੋਂ ਝਾਕ ਕੇ ਉਹਨੇ ਕਰਮੋਂ ਨੂੰ ਤੋਰ ਦਿੱਤਾ ਹੈ। ਆਪਣਾ ਸਾਮਾਨ ਸੀਟ ਹੇਠਾਂ ਰੱਖ ਕੇ ਉਹ ਇਕ ਖਿੜਕੀ ਕੋਲ ਦੁਬਕ ਕੇ ਬੈਠ ਗਈ ਹੈ । ਡੱਬੇ ਦੇ ਅੰਦਰ ਗੰਦ ਹੈ, ਪਸੀਨੇ ਦੀ ਬੋਅ ਹੈ, ਬੱਚਿਆਂ ਦੇ ਰੋਣ ਦੀਆਂ ਆਵਾਜ਼ਾਂ ਅਤੇ ਚੀਕਾਂ ਹਨ । ਜ਼ਨਾਨੀਆਂ ਦੀ ਕੁਰਲਾਹਟ ਹੈ। ਪਰ ਇਸ ਸਭ ਕੁਝ ਦੇ ਬਾਵਜੂਦ ਉਹਨੂੰ ਜਾਪ ਰਿਹਾ ਹੈ ਕਿ ਇਥੇ ਉਹ ਸੁਰੱਖਿਅਤ ਹੈ। ਥੁੱਕ ਦੀਆਂ ਉਨ੍ਹਾਂ ਛਿੱਟਾਂ ਦੇ ਮੁਕਾਬਲੇ ਵਿਚ ਇਥੇ ਗੰਦ, ਬੋਅ ਅਤੇ ਰੌਲੇ ਵਿਚ ਵੀ ਉਹ ਭਲਾ ਕਿਉਂ ਆਪਣੇ ਆਪ ਨੂੰ ਸੁਰੱਖਿਅਤ ਸਮਝ ਰਹੀ ਹੈ । ਇਹ ਵੀ ਕੁਦਰਤ ਦਾ ਹੀ ਕੋਈ ਨੇਮ ਹੋਏਗਾ, ਉਹ ਸੋਚਦੀ ਹੈ। ਕੁਦਰਤ ਦੇ ਇਸ ਨੇਮ ਤੋਂ ਉਦੋਂ ਤਾਂ ਉਹ ਉੱਕਾ ਹੀ ਅਣਜਾਣ ਸੀ, ਪਰ ਹੁਣ ਤਕ ਉਹ ਚੰਗੀ ਤਰ੍ਹਾਂ ਇਸ ਨੇਮ ਨੂੰ ਸਮਝ ਚੁੱਕੀ ਹੈ।

ਉਦੋਂ ਸਟੇਸ਼ਨ ਉੱਤੇ ਪਿਤਾ ਜੀ ਉਨ੍ਹਾਂ ਨੂੰ ਲੈਣ ਵਾਸਤੇ ਆਏ ਹੋਏ ਸਨ। ਉਹਦੇ ਵੱਲ ਵੇਖ ਕੇ ਬੋਲੇ ਸਨ, 'ਹੈਂ, ਇਹ ਅਜੇ ਤਕ ਇਹੋ ਜਿਹੇ ਕਪੜੇ ਹੀ ਪਾਉਂਦੀ ਹੈ?' ਉਹ ਹੈਰਾਨ ਹੋ ਗਈ ਸੀ। ਅੱਠ ਮਹੀਨਿਆਂ ਦੇ ਅਰਸੇ ਵਿਚ ਹੀ ਉਹ ਪਿਤਾ ਜੀ ਵਾਸਤੇ ਪਾਉਂਦਾ ਤੋਂ ਪਾਉਂਦੀ ਹੋ ਗਈ ਹੈ । ਤਦ ਪਿਤਾ ਜੀ ਨੇ ਇਹ ਵੀ ਪੁੱਛਿਆ ਸੀ ਕਿ ਦਾਦੀ ਜੀ ਨੇ ਜਾਂ

ਪਿੰਡ ਦੀ ਕਿਸੇ ਹੋਰ ਤੀਵੀਂ ਨੇ ਕਦੀ ਉਹਦੇ ਕਪੜਿਆਂ ਉੱਤੇ ਜਾਂ ਕੱਟੇ ਹੋਏ ਵਾਲਾਂ ਉੱਤੇ ਇਤਰਾਜ਼ ਨਹੀਂ ਸੀ ਕੀਤਾ ਤਾਂ ਮਾਂ ਦੇ ਇਹ ਦੱਸਣ ਉੱਤੇ ਕਿ ਉਹ ਤਾਂ ਇਤਰਾਜ਼ ਕਰਦੇ ਸਨ, ਪਰ ਉਹਨੇ ਕਦੀ ਇਹ ਸੋਚ ਕੇ ਉਨ੍ਹਾਂ ਦੇ ਇਤਰਾਜ਼ ਦੀ ਪਰਵਾਹ ਨਹੀਂ ਕੀਤੀ ਕਿ ਇਹਦੇ ਪਿਤਾ ਜੀ ਨੂੰ ਇਹਦੇ ਇਸ ਰੂਪ ਉੱਤੇ ਕੋਈ ਇਤਰਾਜ਼ ਨਹੀਂ, ਸਗੋਂ ਇਹੋ ਰੂਪ ਉਨ੍ਹਾਂ ਨੂੰ ਪਸੰਦ ਹੈ ਤਾਂ ਉਹ ਕਿਸੇ ਦੇ ਇਤਰਾਜ਼ ਦੀ ਕਿਉਂ ਪਰਵਾਹ ਕਰੇ। ਪਿਤਾ ਜੀ ਬੋਲੇ ਸਨ, 'ਨਹੀਂ, ਜੇ ਉਨ੍ਹਾਂ ਨੂੰ ਇਤਰਾਜ਼ ਸੀ ਤਾਂ ਤੈਨੂੰ ਉਨ੍ਹਾਂ ਦੀ ਗੱਲ ਹੀ ਮੰਨਣੀ ਚਾਹੀਦੀ ਸੀ।' ਉਦੋਂ ਉਹਨੂੰ ਪਿਤਾ ਜੀ ਦੀ ਇਹ ਗੱਲ ਸੁਣ ਕੇ ਬਹੁਤ ਦੁੱਖ ਹੋਇਆ ਸੀ, ਫ਼ਿਕਰ ਵੀ। ਉਹਨੂੰ ਉਦੋਂ ਹੀ ਪਤਾ ਲੱਗ ਗਿਆ ਸੀ ਕਿ ਹੁਣ ਛੇਤੀ ਹੀ ਉਹਦੇ ਕੋਲੋਂ ਇਹ ਪਹਿਰਾਵਾ ਵਾਪਸ ਲੈ ਲਿਆ ਜਾਏਗਾ। ਉਹਦਾ ਪੁਰਾਣਾ ਸੰਬੋਧਨ ਵੀ ਤਾਂ ਪਿਤਾ ਜੀ ਨੇ ਅਚਾਨਕ ਹੀ ਬਿਨਾਂ ਕਿਸੇ ਪਹਿਲੀ ਚੇਤਾਵਨੀ ਦੇ ਵਾਪਸ ਲੈ ਲਿਆ ਸੀ।

ਉਸ ਨੂੰ ਕੁੜੀਆਂ ਵਾਲੇ ਇਕ ਸਕੂਲ ਵਿਚ ਦਾਖ਼ਲ ਕਰਵਾ ਦਿੱਤਾ ਗਿਆ ਸੀ। ਪਹਿਲਾਂ ਤਾਂ ਬਹੁਤ ਉਲਝਣ ਹੋਈ ਸੀ। ਕੁੜੀਆਂ ਤਾਂ ਉਹੀ ਘਿਸੀਆਂ ਪਿਟੀਆਂ ਗੱਲਾਂ ਕਰਦੀਆਂ ਸਨ। ਪਰ ਫਿਰ ਹੌਲੀ ਹੌਲੀ ਢੂੰਡ ਢੂੰਡ ਕੇ ਉਹਨੂੰ ਦੋ ਚਾਰ ਉਹ ਕੁੜੀਆਂ ਲੱਭ ਹੀ ਪਈਆਂ ਸਨ, ਜਿਨ੍ਹਾਂ ਨਾਲ ਸਚਮੁੱਚ ਹੀ ਦੋਸਤੀ ਕੀਤੀ ਜਾ ਸਕਦੀ ਸੀ। ਉਨ੍ਹਾਂ ਕੁੜੀਆਂ ਨੂੰ ਉਹਨੇ ਦੱਸਿਆ ਕਿ ਕੁੜੀਆਂ ਵਾਲੇ ਕਪੜੇ ਪਹਿਨਣੇ ਉਹਨੇ ਸ਼ੁਰੂ ਜ਼ਰੂਰ ਕਰ ਦਿੱਤੇ ਸਨ, ਪਰ ਉਹ ਕਪੜੇ ਪਹਿਨਣਾ ਉਹਨੂੰ ਬਿਲਕੁਲ ਪਸੰਦ ਨਹੀਂ ਸੀ। ਕੁੜੀਆਂ ਵਾਲੀਆਂ ਖੇਡਾਂ ਖੇਡਣਾ, ਕੁੜੀਆਂ ਵਾਲੇ ਸੰਬੋਧਨ ਨਾਲ ਬੁਲਾਏ ਜਾਣਾ, ਉਹਨੂੰ ਕੁਝ ਵੀ ਪਸੰਦ ਨਹੀਂ। ਉਹ ਤਾਂ ਆਪਣੇ ਕੁੜੀ ਹੋਣ ਨੂੰ ਸਾਰੀ ਉਮਰ ਝੁਠਲਾਈ ਰੱਖਣਾ ਚਾਹੁੰਦੀ ਹੈ।

ਤਦ ਉਨ੍ਹਾਂ ਹੀ ਕੁੜੀਆਂ ਨੇ ਉਹਨੂੰ ਦੱਸਿਆ ਕਿ ਉਹ ਚਾਹਵੇ ਵੀ ਤਾਂ ਆਪਣੇ ਕੁੜੀ ਹੋਣ ਨੂੰ ਬਹੁਤਾ ਚਿਰ ਝੁਠਲਾ ਨਹੀਂ ਸਕੇਗੀ। ਅੱਜ ਜਾਂ ਕਲ੍ਹ ਛੇਤੀ ਹੀ, ਉਹਦੇ ਮਾਦਾ ਜ਼ਾਤ ਵਿਚ ਸ਼ਾਮਿਲ ਹੋਣ ਦਾ ਐਲਾਨ ਕੁਦਰਤ ਨੇ ਉਹਦੇ ਹੀ ਸਰੀਰ ਦੁਆਰਾ ਕਰਵਾ ਦੇਣਾ ਹੈ।

ਉਸ ਤੋਂ ਬਾਅਦ ਉਸ ਹੋਣ ਵਾਲੇ ਐਲਾਨ ਨੂੰ ਉਹ ਇਕ ਸਹਿਮ ਨਾਲ ਉਡੀਕਣ ਲੱਗੀ ਸੀ। ਪਰ ਜਿਸ ਦਿਨ ਸਚਮੁੱਚ ਹੀ ਉਹ ਐਲਾਨ ਸੁਣਾਇਆ ਗਿਆ ਸੀ, ਉਸ ਦਿਨ ਉਹਨੂੰ ਕੁਝ ਵੀ ਮਾੜਾ, ਕੁਝ ਵੀ ਡਰਾਉਣਾ ਨਹੀਂ

ਸੀ ਲੱਗਾ। ਸਗੋਂ ਉਸ ਐਲਾਨ ਤੋਂ ਬਾਅਦ ਉਹਨੂੰ ਆਪਣਾ ਨਵਾਂ ਮਾਦਾ ਪਹਿਰਾਵਾ ਚੰਗਾ ਚੰਗਾ ਵੀ ਲੱਗਿਆ। ਉਹ ਮਾਦਾ ਪਹਿਰਾਵਾ, ਉਹ ਮਾਦਾ ਰੂਪ, ਉਹਨੂੰ ਚੰਗਾ ਲੱਗਦਾ ਰਹਿ ਸਕਦਾ ਸੀ। ਸਿਰਫ਼ ਜੇ ਉਹ ਪੁਰਾਣਾ ਰੂਪ, ਪੁਰਾਣਾ ਪਹਿਰਾਵਾ, ਉਹਨੂੰ ਪੈਰ ਪੈਰ ਉੱਤੇ ਇਕ ਹਸਰਤ ਵਾਂਗ ਘੜੀ ਮੁੜੀ ਚੇਤੇ ਨਾ ਕਰਵਾਏ ਜਾਂਦੇ।

ਸਕੂਲੋਂ ਪਰਤਦਿਆਂ ਜਦੋਂ ਪਹਿਲੀ ਵਾਰੀ ਇਕ ਕੋਈ ਸਾਈਕਲ ਉੱਤੇ ਕੋਲੋਂ ਲੰਘਦਿਆਂ, ਨੰਗਾ ਫ਼ਿਕਰਾ ਬੋਲ ਗਿਆ ਸੀ ਤਾਂ ਉਹਨੇ ਗਲ ਵਿਚ ਲਟਕਾਈ ਹੋਈ ਚੁੰਨੀ ਨੂੰ ਫੈਲਾ ਕੇ ਮੋਢਿਆਂ ਉੱਤੇ ਲੈ ਲਿਆ ਸੀ। ਘਰ ਆ ਕੇ ਉਹਦਾ ਰੋਣ ਨੂੰ ਜੀਅ ਕਰਦਾ ਰਿਹਾ ਸੀ। ਉਸ ਦਿਨ ਉਹਨੂੰ ਆਪਣਾ ਉਹ ਪੁਰਾਣਾ ਪਹਿਰਾਵਾ, ਉਹ ਰੂਪ, ਉਹ ਦਿਨ ਬਹੁਤ ਚੇਤੇ ਆਏ ਸਨ। ਉਹਨੂੰ ਇਹ ਵੀ ਅਹਿਸਾਸ ਸੀ ਕਿ ਹੁਣ ਇਹ ਨਵਾਂ ਰੂਪ ਹੀ ਉਹਦੀ ਢਾਲ ਹੈ, ਪਰ ਰੋਣ ਤਾਂ ਇਸੇ ਗੱਲ ਤੋਂ ਆਉਂਦਾ ਸੀ ਕਿ ਹੁਣ ਇਸ ਢਾਲ ਨੂੰ ਹਮੇਸ਼ਾ ਵਾਸਤੇ ਚੁੱਕੀ ਫਿਰਨ ਲਈ ਉਹ ਮਜਬੂਰ ਹੈ।

ਸਕੂਲ ਤੋਂ ਬਾਅਦ ਕਦੀ ਕਦੀ ਉਹ ਹਸਰਤ ਨਾਲ ਸਕੂਲ ਤੋਂ ਪਰ੍ਹੇ ਜਾਂਦੀ ਉਸ ਪਗਡੰਡੀ ਵੱਲ ਵੇਖਦੀ, ਜਿਹੜੀ ਦੂਰ ਹਰੇ ਭਰੇ ਖੇਤਾਂ ਵੱਲ ਲਿਜਾਂਦੀ ਸੀ ਤਾਂ ਉਹਦੇ ਪੈਰ ਉਸ ਪਗਡੰਡੀ ਉੱਤੇ ਨਿਕਲ ਤੁਰਨ ਲਈ ਮਚਲਣ ਲੱਗਦੇ, ਪਰ ਫਿਰ ਕਈ ਵੇਖੀਆਂ, ਅਣਵੇਖੀਆਂ ਘੂਰਦੀਆਂ ਅੱਖਾਂ ਦਾ ਖ਼ਿਆਲ ਆਉਂਦਿਆਂ ਹੀ ਪੈਰ ਮੁੜ ਤੋਂ ਪਿਤਾ ਜੀ ਦੀ ਹਿਦਾਇਤ ਅਨੁਸਾਰ 'ਘਰੋਂ ਸਕੂਲ ਅਤੇ ਸਕੂਲੋਂ ਘਰ' ਦੇ ਗੇੜ ਵਿਚ ਗਿੜਣ ਲੱਗਦੇ। ਉਸ ਵੇਲੇ ਉਹਨੂੰ ਆਪਣੀ ਇਸ ਉਮਰ, ਇਸ ਰੂਪ, ਇਸ ਜ਼ਾਤ, ਇਸ ਜੂਨ ਨਾਲ ਵਹਿਸ਼ਤ ਦੀ ਹੱਦ ਤਕ ਨਫ਼ਰਤ ਹੋਣ ਲੱਗਦੀ।

ਸ਼ਾਮ ਵੇਲੇ ਦੀਪੂ ਤਾਂ ਗਲੀ ਵਿਚ ਜਾਂ ਦੋਸਤਾਂ ਦੇ ਘਰ ਖੇਡਣ ਵਾਸਤੇ ਗਿਆ ਹੁੰਦਾ। ਵੱਡੀ ਭੈਣ ਆਪਣੀਆਂ ਕਿਤਾਬਾਂ ਵਿਚ ਜਾਂ ਮਾਂ ਨਾਲ ਰਸੋਈ ਦੇ ਕੰਮ ਵਿਚ ਰੁੱਝੀ ਹੁੰਦੀ ਤਾਂ ਉਹਦਾ ਮਨ ਕਿਸੇ ਸਾਥ ਵਾਸਤੇ ਬੇਹਦ ਹੁਸੜਣ ਲੱਗਦਾ। ਪਰ ਸਾਥ ਕਿਸਦਾ ਲੱਭਦਾ? ਕੁੜੀਆਂ ਕੋਲ ਤਾਂ ਕੋਈ ਕਲਪਨਾ ਹੀ ਨਹੀਂ ਸੀ। ਉਹ ਤਾਂ ਉਹੀ ਘੜੀਆਂ ਘੜਾਈਆਂ, ਬਣੀਆਂ ਬਣਾਈਆਂ ਖੇਡਾਂ ਖੇਡਣੀਆਂ ਚਾਹੁੰਦੀਆਂ ਸਨ। ਤੇ ਮੁੰਡੇ! ਮੁੰਡੇ ਕਿਥੇ ਸਨ? ਉਹ ਤਾਂ ਉਹਦੀ ਦੁਨੀਆ ਤੋਂ ਬਹੁਤ ਦੂਰ ਰਹਿ ਗਏ ਸਨ।

ਤਦ ਆਪਣੀ ਕਲਪਨਾ ਵਿਚ ਉਹ ਕੁਝ ਕਲਪਿਤ ਸਾਥੀਆਂ ਨੂੰ ਬੁਲਾ ਲੈਂਦੀ। ਉਨ੍ਹਾਂ ਸਾਹਮਣੇ ਉਹ ਉਸੇ ਪੁਰਾਣੇ ਪਹਿਰਾਵੇ, ਪੁਰਾਣੇ ਸੰਬੋਧਨ, ਪੁਰਾਣੇ ਰੂਪ ਨਾਲ ਹੀ ਪੇਸ਼ ਹੁੰਦੀ ਸੀ।

ਫਿਰ ਜਿਉਂ ਜਿਉਂ ਉਹਦੇ ਮਨ ਦੀਆਂ ਲੋੜਾਂ ਵਧਦੀਆਂ ਗਈਆਂ। ਉਹਨੂੰ ਆਪਣੀ ਜ਼ਿੰਦਗੀ ਦਾ ਘੇਰਾ ਸੌੜਿਉਂ ਸੌੜਾ ਰਹਿੰਦਾ ਗਿਆ ਜਾਪਣ ਲੱਗਾ ਤਾਂ ਵੱਧ ਤੋਂ ਵੱਧ ਕਿਤਾਬਾਂ ਪੜ੍ਹਨ ਦੀ ਲੋੜ ਵਧਦੀ ਗਈ। ਫਿਰ ਕਿਤਾਬਾਂ ਦੇ ਕਈ ਕਿਰਦਾਰ ਉਹਦੇ ਦੋਸਤ ਹੁੰਦੇ। ਕਈ ਲੇਖਕ ਵੀ ਆਪਣੀ ਫ਼ਰਜ਼ੀ ਹੋਂਦ ਨਾਲ ਉਹਦੇ ਦੋਸਤ ਬਣ ਜਾਂਦੇ। ਉਂਝ ਹਰ ਕਿਸੇ ਦੀ ਦੋਸਤੀ ਉਹਦੇ ਉਸ ਪੁਰਾਣੇ ਰੂਪ ਨਾਲ ਹੀ ਸੀ। ਕਿਸੇ ਵੀ ਦੋਸਤੀ ਦਾ ਇਸ ਨਵੇਂ ਰੂਪ ਨਾਲ ਕੋਈ ਸਰੋਕਾਰ ਨਹੀਂ ਸੀ। ਦੋਸਤੀਆਂ ਦਾ ਉਹੀ ਦਾਇਰਾ ਉਹਨੂੰ ਪਸੰਦ ਸੀ, ਜਿਥੇ ਉਹ ਆਪਣੇ ਪੁਰਾਣੇ ਅੰਦਰਲੇ ਰੂਪ ਨਾਲ ਸ਼ਾਮਿਲ ਹੋ ਸਕਦੀ ਸੀ।

ਇਹ ਨਵਾਂ ਬਾਹਰਲਾ ਰੂਪ ਤਾਂ ਉਹਨੂੰ ਜਿਨ੍ਹਾਂ ਵਿਚ ਸ਼ਾਮਿਲ ਕਰਦਾ ਸੀ, ਉਹਨੇ ਕਾਲਿਜ ਵਿਚ ਆ ਕੇ ਵੇਖਿਆ ਸੀ, ਉਹ ਤਾਂ ਸਿਰਫ਼ ਆਪਣੀ ਦਿੱਖ ਨੂੰ ਨਿਖਾਰਨ ਦੇ ਨਵੇਂ ਨਵੇਂ ਤਰੀਕੇ ਲੱਭਣ ਵਿਚ ਰੁੱਝੀਆਂ ਰਹਿੰਦੀਆਂ ਸਨ। ਉਹ ਤਾਂ ਕਪੜਿਆਂ ਦੇ ਡਿਜ਼ਾਇਨਾਂ ਅਤੇ ਵਾਲ ਸੰਵਾਰਨ ਦੇ ਵੱਖ ਵੱਖ ਤਰੀਕਿਆਂ ਬਾਰੇ ਹੀ ਕਿੰਨਾ ਕਿੰਨਾ ਚਿਰ ਬਹਿਸ ਕਰਦੀਆਂ ਰਹਿੰਦੀਆਂ ਸਨ। ਸਮਾਂ ਗੁਜ਼ਾਰਨ ਦਾ ਉਨ੍ਹਾਂ ਵਾਸਤੇ ਸਭ ਤੋਂ ਦਿਲਚਸਪ ਸਾਧਨ ਤਾਂ ਦੂਜੀਆਂ ਬਾਰੇ ਗੱਲਾਂ ਕਰਨਾ ਹੀ ਸੀ। ਉਨ੍ਹਾਂ ਵਿਚ ਬੈਠ ਕੇ ਗੱਲਾਂ ਕਰਨੀਆਂ ਉਹਨੂੰ ਬਿਲਕੁਲ ਪਸੰਦ ਨਹੀਂ ਸਨ। ਜੇ ਕਦੀ ਬੈਠ ਵੀ ਜਾਂਦੀ ਤਾਂ ਛੇਤੀ ਹੀ ਉਹਨੂੰ ਉਹ ਸਭ ਪੋਲੇ ਪਿਲਪਿਲੇ ਅਕਾਰਾਂ ਦਾ ਝੁਰਮਟ ਜਿਹਾ ਜਾਪਣ ਲੱਗਦਾ, ਜਿਨ੍ਹਾਂ ਵਿਚ ਰੀੜ ਦੀ ਹੱਡੀ ਹੀ ਕੋਈ ਨਹੀਂ ਸੀ। ਤਦ ਝਟਪਟ ਉਹਦਾ ਮਨ ਉਹਨਾਂ ਤੋਂ ਉਕਤਾ ਉੱਠਦਾ। ਕਦੀ ਕਦੀ ਪ੍ਰਸੰਸਾ ਨਾਲ ਉਹ ਉਨ੍ਹਾਂ ਵੱਲ ਜ਼ਰੂਰ ਵੇਖਦੀ, ਜਿਹੜੀਆਂ ਹੱਥ ਵਿਚ ਬੈਟ, ਰੈਕਟ ਜਾਂ ਹਾਕੀ ਫੜੀ ਦੂਰ ਗਰਾਊਂਡ ਵਿਚ ਖੇਡ ਰਹੀਆਂ ਹੁੰਦੀਆਂ। ਕਦੀ ਉਨ੍ਹਾਂ ਵਿਚ ਵੀ ਉਹਨੂੰ ਰੀੜ ਦੀ ਹੱਡੀ ਹੋਣ ਦਾ ਭੁਲੇਖਾ ਪੈਂਦਾ, ਜਿਹੜੀਆਂ ਵੱਖ ਵੱਖ ਮੰਤਵਾਂ ਅਧੀਨ ਸਟੇਜ ਉੱਤੇ ਚੜ੍ਹਦੀਆਂ ਸਨ, ਪਰ ਫਿਰ ਇਹ ਜਾਣ ਕੇ ਉਨ੍ਹਾਂ ਸਭ ਨੇ ਵੀ ਆਪਣੇ ਜੀਵਨ ਦਾ ਸਭ ਤੋਂ ਅਹਿਮ ਉਦੇਸ਼ ਇਕ ਦੂਸਰੀ ਤੋਂ ਵੱਧ, ਵੱਡੇ ਤੋਂ ਵੱਡਾ ਹੱਥ ਮਾਰ ਜਾਣਾ ਬਣਾਇਆ ਹੋਇਆ ਹੈ, ਉਹਦਾ ਮਨ ਉਚਾਟ ਹੋ ਜਾਂਦਾ।

ਲਾਇਬ੍ਰੇਰੀ ਵਿਚ ਉਹ ਇਕੱਲੀ ਬੈਠੀ ਰਹਿੰਦੀ । ਮੁੰਡਿਆਂ ਨਾਲ ਵੀ ਉਹ ਦੋਸਤੀ ਨਾ ਕਰਦੀ । ਉਹਨੂੰ ਪਤਾ ਸੀ ਕਈ ਉਹਦੀ ਦੋਸਤੀ ਚਾਹੁੰਦੇ ਸਨ, ਪਰ ਉਨ੍ਹਾਂ ਕੋਲੋਂ ਉਹਨੂੰ ਹੋਰ ਵੀ ਵੱਧ ਝਿਜਕ ਆਉਂਦੀ । ਪਤਾ ਸੀ ਉਨ੍ਹਾਂ ਵੱਲੋਂ ਦੋਸਤੀ ਦੀ ਪੇਸ਼ਕਸ ਦਾ ਆਧਾਰ ਸਿਰਫ਼ ਉਹਦਾ ਇਹ ਨਵਾਂ ਰੂਪ ਹੀ ਸੀ । ਉਸ ਪੁਰਾਣੇ ਰੂਪ ਨਾਲ ਉਨ੍ਹਾਂ ਨੂੰ ਵੀ ਕੋਈ ਸਰੋਕਾਰ ਨਹੀਂ ਹੋਣਾ । ਕਦੀ ਸੋਚਦੀ ਉਂਝ ਕਿਸੇ ਦਾ ਉਸ ਰੂਪ ਨਾਲ ਸਰੋਕਾਰ ਹੋ ਵੀ ਕਿਵੇਂ ਸਕਦਾ ਹੈ । ਉਹਦਾ ਉਹ ਪੁਰਾਣਾ ਨਾਮ—ਲਿੰਗ ਹੀਣ ਰੂਪ ਆਖ਼ਿਰ ਉਹਦੇ ਮਾਦਾ ਸਰੀਰ ਅਤੇ ਮਾਦਾ ਪਹਿਰਾਵੇ ਦੇ ਪਿੱਛੇ ਲੁਕਿਆ ਵੀ ਤਾਂ ਹੋਇਆ ਹੈ । ਕੋਈ ਉਹਨੂੰ ਜਾਣ ਵੀ ਕਿਵੇਂ ਸਕਦਾ ਹੈ । ਕੋਈ ਇਸ ਮਾਦਾ ਸਰੀਰ ਉੱਤੋਂ ਨਜ਼ਰਾਂ ਤਾਂ ਹਟਾ ਕੇ ਵੇਖੇ । ਉਹਦਾ ਉਹ ਰੂਪ ਆਪਣੇ ਆਪ ਇਕ ਭੇਦ ਵਾਂਗੂੰ ਖੁੱਲ੍ਹ ਜਾਏਗਾ । ਤਦ ਉਹ ਕਿਸੇ ਉਸ ਨੂੰ ਉਡੀਕਣ ਲੱਗਦੀ, ਜਿਹੜਾ ਉਹਦੇ ਸਰੀਰ ਤੋਂ ਨਜ਼ਰਾਂ ਹਟਾ ਕੇ, ਉਹਦੇ ਵੱਲ ਵੇਖੇਗਾ । ਕਿਸੇ ਉਸ ਦੀ ਉਡੀਕ ਵਿਚ ਆਸੇ ਪਾਸੇ ਮੰਡਰਾਉਂਦੀਆਂ ਦੋਸਤੀਆਂ ਨੂੰ ਉਹ ਨਜ਼ਰਅੰਦਾਜ਼ ਕਰ ਛੱਡਦੀ ।

ਉਂਝ ਵੀ ਹੁਣ ਉਹ ਦਿਨ ਤਾਂ ਨਹੀਂ ਸਨ, ਜਦੋਂ ਰਾਹ ਜਾਂਦਿਆਂ, ਅਚਾਨਕ ਕਿਸੇ ਹੀ ਨਾਲ ਦੋਸਤੀ ਹੋ ਜਾਇਆ ਕਰਦੀ ਸੀ । ਬਸ ਤੁਰੇ ਜਾਂਦਿਆਂ ਤੁਸੀਂ ਕਿਸੇ ਨੂੰ ਆਪਣੇ ਵਾਂਗੂੰ ਕਿਸੇ ਰੁੱਖ ਨੂੰ ਕੋਈ ਜਾਨਦਾਰ ਸ਼ੈਅ ਕਲਪ ਕੇ ਕੁੱਟਦਿਆਂ ਵੇਖੋ ਤੇ ਉਸ ਤੋਂ ਬਾਅਦ ਤੁਸੀਂ ਦੋਸਤ ਹੋ ਜਾਵੋ । ਇਹ ਵੀ ਨਹੀਂ ਕਿ ਤੁਸੀਂ ਕਿਸੇ ਨਾਲ ਬਸ ਤਲਵਾਰ-ਤਲਵਾਰ ਖੇਡੋ ਤੇ ਦੋਸਤ ਹੋ ਜਾਵੋ । ਹੁਣ ਤਾਂ ਹਰ ਦੋਸਤੀ, ਹਰ ਸਾਥ, ਭਾਰੀ ਕੀਮਤ ਮੰਗਦੇ ਸਨ ।

ਇਕ ਦਿਨ ਕਾਲਿਜ ਤੋਂ ਆ ਕੇ ਉਹਨੇ ਵੇਖਿਆ ਸੀ ਕਿ ਰਾਜੂ ਤੇ ਉਹਦੇ ਮਾਤਾ ਜੀ ਆਏ ਹੋਏ ਸਨ । ਪਹਿਲੋਂ ਤਾਂ ਉਹਨੇ ਰਾਜੂ ਨੂੰ ਪਛਾਣਿਆ ਹੀ ਨਹੀਂ ਸੀ । ਮਾਂ ਨੇ ਦੱਸਿਆ ਤਾਂ ਪਛਾਣ ਸਕੀ ਸੀ । ਰਾਜੂ ਬਹੁਤ ਤਗੜਾ ਬਣ ਨਿਕਲਿਆ ਸੀ । ਚੌੜੀ ਚਕਲੀ ਛਾਤੀ, ਉੱਚਾ ਲੰਮਾ, ਗੋਰਾ ਚਿੱਟਾ । ਸ਼ਾਮ ਤਕ ਤਾਂ ਉਹ ਦੂਸਰਿਆਂ ਸਭ ਵਿਚ ਵਿਚ ਹੀ ਬੈਠੇ ਗੱਲਾਂ ਕਰਦੇ ਰਹੇ ਸਨ ।

ਸ਼ਾਮ ਵੇਲੇ ਉਹਨੂੰ ਰਾਜੂ ਨੇ ਕਿਹਾ ਸੀ ਕਿ ਉਹ ਉਹਨੂੰ ਆਪਣੇ ਘਰ ਦਾ ਕੋਠਾ ਵਿਖਾ ਕੇ ਲਿਆਵੇ । ਕੁਝ ਚਿਰ ਤਾਂ ਉਹ ਉੱਠੀ ਹੀ ਨਹੀਂ ਸੀ ।

ਫਿਰ ਜਦੋਂ ਮਾਂ ਨੇ ਵੀ ਕਿਹਾ ਸੀ, 'ਜਾਹ ਵਿਖਾ ਲਿਆ—ਜਾਂਦੀ ਕਿਉਂ ਨਹੀਂ?' ਤਾਂ ਉਹਨੂੰ ਉੱਠਣਾ ਹੀ ਪਿਆ ਸੀ। ਪੌੜੀਆਂ ਚੜ੍ਹਦਿਆਂ ਉਹਦੇ ਹੱਥਾਂ ਵਿਚ ਪਸੀਨਾ ਆ ਰਿਹਾ ਸੀ, ਪਰ ਉਂਗਲਾਂ ਇਕਦਮ ਠੰਡੀਆਂ ਹੋ ਗਈਆਂ ਸਨ। ਕਾਹਲੀ ਕਾਹਲੀ ਕੋਠਾ ਵਿਖਾਉਣ ਪਿੱਛੋਂ ਉਹਨੇ ਬਨੇਰੇ ਕੋਲ ਖਲੋਂਦਿਆਂ ਕਿਹਾ, 'ਰਾਜੂ ਤੈਨੂੰ ਯਾਦ ਏ, ਅਸੀਂ ਕੀ ਕੀ ਬਣ ਕੇ, ਤਲਵਾਰਾਂ ਨਾਲ ਖੇਡਿਆ ਕਰਦੇ ਸਾਂ?' ਉਹ ਬੋਲਿਆ ਸੀ, 'ਛੀ.....ਛੱਡ ਵੀ ਉਨ੍ਹਾਂ ਬਚਕਾਨਾ ਖੇਡਾਂ ਦੇ ਕਿੱਸੇ। ਕੋਈ ਅੱਜ ਦੀ ਗੱਲ ਕਰ, ਹੁਣ ਦੀ।' ਫਿਰ ਕਿੰਨਾ ਹੀ ਚਿਰ ਰਾਜੂ ਦੀਆਂ ਨਜ਼ਰਾਂ ਉਹਦੇ ਚਿਹਰੇ ਉੱਤੇ ਗੱਡੀਆਂ ਰਹੀਆਂ ਸਨ। ਇਸ ਦਰਮਿਆਨ ਉਹਦੀਆਂ ਨਜ਼ਰਾਂ ਲਗਾਤਾਰ ਝੁਕੀਆਂ ਰਹੀਆਂ ਸਨ। ਫਿਰ ਰਾਜੂ ਕੋਠੇ ਉੱਤੇ ਬਣੇ ਨੀਵੀਂ ਜਿਹੀ ਛੱਤ ਵਾਲੇ ਕਮਰੇ ਦੇ ਬੂਹੇ ਦੇ ਕੋਲ ਜਾ ਕੇ ਬੋਲਿਆ ਸੀ, 'ਇਧਰ ਆ, ਇਹ ਕਮਰਾ ਅੰਦਰੋਂ ਤਾਂ ਤੂੰ ਮੈਨੂੰ ਵਿਖਾਇਆ ਹੀ ਨਹੀਂ।' ਉਹ ਚਲੀ ਗਈ ਸੀ। ਆਪਣਾ ਡਰ ਉਹ ਰਾਜੂ ਉੱਤੇ ਜ਼ਾਹਿਰ ਨਹੀਂ ਕਰਨਾ ਚਾਹੁੰਦੀ ਸੀ। ਅੰਦਰ ਜਾ ਕੇ ਰਾਜੂ ਨੇ ਦਰਵਾਜ਼ਾ ਢੋਅ ਦਿੱਤਾ ਸੀ ਤੇ ਇਕ ਬਾਂਹ ਉਹਦੇ ਮੋਢਿਆਂ ਦੁਆਲੇ ਵਲਾ ਕੇ ਉਹਨੂੰ ਆਪਣੇ ਨਾਲ ਘੁੱਟਦਿਆਂ ਬੋਲਿਆ, 'ਤੂੰ ਮੇਰੀ ਉਮੀਦ ਤੋਂ ਬਹੁਤ ਵੱਧ ਸੁਹਣੀ ਨਿਕਲੀ ਏਂ।' ਘਬਰਾਹਟ, ਡਰ ਤੇ ਗੁੱਸੇ ਵਿਚ ਸਿਰਫ਼ ਏਨਾ ਹੀ ਕਹਿ ਸਕੀ ਸੀ, 'ਰਾਜੂ ਇਹ ਕੀ?' ਤਦੇ ਰਾਜੂ ਨੇ ਦੂਸਰੀ ਬਾਂਹ ਵੀ ਉਹਦੇ ਦੁਆਲੇ ਵਲਾ ਲਈ ਸੀ, ਫਿਰ ਉਹਨੇ ਉਹਦੇ ਸਾਹਾਂ ਨੂੰ ਆਪਣੀ ਗਰਦਨ ਕੋਲ ਝੁਕਦਿਆਂ ਮਹਿਸੂਸ ਕੀਤਾ ਸੀ ਤਾਂ ਪੂਰੇ ਤ੍ਰਾਣ ਨਾਲ ਉਹਨੂੰ ਧਕੇਲਦੀ ਉਹ ਕਹਿ ਉੱਠੀ ਸੀ, 'ਰਾਜੂ ਇਹ ਕੀ ਬੇਹੂਦਗੀ ਹੋਈ—ਮੈਨੂੰ ਇਹੋ ਜਿਹੀਆਂ ਬੇਹੂਦਾ ਹਰਕਤਾਂ ਬਿਲਕੁਲ ਪਸੰਦ ਨਹੀਂ।' ਰਾਜੂ ਪਰੇ ਹਟ ਗਿਆ ਸੀ ਪਰ ਬੋਲਿਆ ਸੀ, 'ਪਾਗ਼ਲ ਨਾ ਬਣ—ਤੈਨੂੰ ਪਤਾ ਤਾਂ ਹੈ ਤੇਰੇ ਮਾਂ ਬਾਪ ਅਤੇ ਮੇਰੇ ਮਾਂ ਬਾਪ ਸਾਡੇ ਬਾਰੇ ਕੀ ਸੋਚਦੇ ਹਨ—ਕੀ ਚਾਹੁੰਦੇ ਹਨ।'

'ਮੈਨੂੰ ਪਤਾ ਏ ਉਹ ਕੀ ਚਾਹੁੰਦੇ ਹਨ, ਪਰ ਮੈਂ ਇਹ ਨਹੀਂ ਚਾਹੁੰਦੀ। ਉਨ੍ਹਾਂ ਦਾ ਇਹ ਫ਼ੈਸਲਾ ਮੈਂ ਤਾਂ ਕਦੀ ਵੀ ਮਨਜ਼ੂਰ ਨਹੀਂ ਕੀਤਾ।'

'ਨਹੀਂ ਮਨਜ਼ੂਰ? ਅੱਛਾ ਜੇ ਤੈਨੂੰ ਨਹੀਂ ਮਨਜ਼ੂਰ ਤਾਂ ਠੀਕ ਏ।' ਰਾਜੂ ਨੇ ਮੋਢੇ ਉਚਕਾਏ ਸਨ, 'ਆਈ ਐਮ ਸਾਰੀ।'

ਹੇਠਾਂ ਆ ਕੇ ਉਹ ਦੋਵੇਂ ਹੀ ਬੜਾ ਚਿਰ ਕਿਸੇ ਨਾਲ ਕੋਈ ਗੱਲ ਨਹੀਂ ਸਨ ਕਰ ਸਕੇ।

ਉਸ ਰਾਤ ਉਹਨੂੰ ਰਾਜੂ ਦੀ ਮਿੱਟੀ ਦੇ ਗੁੱਡੀਆਂ ਗੁੱਡੇ ਬਣਾਉਣ ਵਾਲੀ ਗੱਲ ਯਾਦ ਆਈ ਤੇ ਉਹਨੇ ਸੋਚਿਆ ਕਿ ਰਾਜੂ ਕਿੰਨਾ ਚੰਗਾ ਦੋਸਤ ਹੋ ਸਕਦਾ ਸੀ—ਹਸਮੁੱਖ, ਜ਼ਿੰਦਾਦਿਲ, ਤਰੋਤਾਜ਼ਾ ਜਿਹਾ। ਪਰ ਇਹ ਜਦੋਂ ਵੀ ਮਿਲਦਾ ਹੈ, ਜਿਸਮ ਦਾ ਕਿੱਸਾ ਛੋਹ ਬੈਠਦਾ ਹੈ ਤੇ ਜਿਸਮ ਦਾ ਕਿੱਸਾ ਜਦੋਂ ਵੀ ਛਿੜਦਾ ਹੈ, ਉਹਦੇ ਵੱਲੋਂ ਦੋਸਤੀ ਖ਼ਤਮ ਹੋ ਜਾਂਦੀ ਹੈ। ਉਫ਼ ਇਹ ਜਿਸਮ! ਇਹ ਤਾਂ ਏਡੀ ਤਲਖ਼ੀ ਨਾਲ ਅਹਿਸਾਸ ਕਰਵਾਉਂਦਾ ਹੈ ਕਿ ਜਿਨ੍ਹਾਂ ਨੂੰ ਉਹ ਆਪਣੇ ਦੋਸਤ ਸਮਝਦੀ ਹੈ, ਆਪਣੇ ਵਰਗੇ, ਉਨ੍ਹਾਂ ਕੋਲੋਂ ਉਹ ਕਿਸ ਕਦਰ ਵੱਖਰਾ ਹੈ, ਇਕ ਵੱਖਰੀ ਹੀ ਕਿਸਮ ਦੀ ਮਖ਼ਲੂਕ।

ਉਸ ਤੋਂ ਬਾਅਦ ਆਪਣੇ ਆਪ ਵਿਚ ਉਹ ਹੋਰ ਵੀ ਵਧੇਰੇ ਸਿਮਟ ਗਈ ਸੀ। ਦੋਸਤੀਆਂ ਦੇ ਸੰਦਰਭ ਬਦਲ ਗਏ ਸਨ। ਰਿਸ਼ਤਿਆਂ ਦੇ ਆਧਾਰ ਬਦਲ ਗਏ ਸਨ। ਜੇ ਉਥੇ ਵੀ ਰਿਸ਼ਤਿਆਂ ਵਿਚ ਗੰਢਾਂ ਪੈਣੋਂ ਨਾ ਰਹਿ ਸਕੀਆਂ, ਜਿਥੇ ਕਦੀ ਗੰਢਾਂ ਤੋਂ ਬਿਨਾਂ ਰਿਸ਼ਤੇ ਹੈ ਸਨ ਤਾਂ ਨਵੇਂ ਗੰਢਾਂ ਤੋਂ ਰਹਿਤ ਰਿਸ਼ਤਿਆਂ ਦੀ ਤਾਂ ਆਸ ਹੀ ਕੀ?

ਦੀਪੂ ਤੋਂ ਬਿਨਾਂ ਘਰ ਦੇ ਸਭ ਲੋਗ ਉਹਦੇ ਨਾਲ ਨਾਰਾਜ਼ ਹੋ ਉਠੇ ਸਨ। ਉਹ ਪੁੱਛਦੇ, ਰਾਜੂ ਵਿਚ ਨੁਕਸ ਕੀ ਹੈ ਆਖ਼ਰ। ਉਹ ਕੁਝ ਵੀ ਦੱਸ ਨਾ ਸਕਦੀ ਤਾਂ ਸਿਰਫ਼ ਏਨਾ ਕਹਿ ਦਿੰਦੀ ਕਿ ਉਹ ਕਿਸੇ ਨਾਲ ਵੀ ਜੁੜਨਾ ਨਹੀਂ ਚਾਹੁੰਦੀ। ਰਾਜ ਨਾਲ ਹੀ ਨਹੀਂ, ਕਿਸੇ ਨਾਲ ਵੀ ਨਹੀਂ। ਉਹ ਕਿਵੇ ਦੱਸਦੀ ਕਿ ਉਹ ਉਸ ਕਿਸੇ ਵੀ ਥਾਂ ਜੁੜਨਾ ਨਹੀਂ ਚਾਹੁੰਦੀ, ਜਿਥੇ ਉਹ ਸਿਰਫ਼ ਜਿਸਮ ਦੁਆਰਾ ਪਹਿਚਾਣੀ ਜਾਏ। ਇਹ ਜਿਸਮ ਕਮਬਖ਼ਤ ਤਾਂ ਸਿਰਫ਼ ਹੀਣ-ਭਾਵਨਾ ਦਾ ਅਹਿਸਾਸ ਹੀ ਕਰਵਾਉਂਦਾ ਸੀ।

ਪਰ ਮਨ ਅੰਦਰ ਆਉਣ ਵਾਲੇ ਕਿਸੇ ਉਸ ਦੀ ਉਡੀਕ ਤਾਂ ਅਜੇ ਵੀ ਬਾਕੀ ਸੀ, ਜਿਹੜਾ ਆ ਕੇ ਕੋਈ ਗੱਲ ਕਹੇਗਾ ਕਿ ਉਹ ਉਸ ਇਕ ਗੱਲ ਤੋਂ ਹੀ ਉਹਨੂੰ ਪਛਾਣ ਲਏਗੀ। ਕੀ ਗੱਲ, ਇਹ ਉਹਨੂੰ ਨਹੀਂ ਸੀ ਪਤਾ। ਪਰ ਉਸ ਆਉਣ ਵਾਲੇ ਨੇ ਇਹ ਹਰਗਿਜ਼ ਨਹੀਂ ਸੀ ਕਹਿਣਾ ਕਿ ਤੂੰ ਤਾਂ ਮੇਰੀ ਉਮੀਦ ਤੋਂ ਵੱਧ ਸੁਹਣੀ ਹੈਂ।

ਪਰ ਪਿਤਾ ਜੀ ਬਹੁਤ ਪਰੇਸ਼ਾਨ ਸਨ। ਉਹਨਾਂ ਦੇ ਦੋਸਤ ਰਿਸ਼ਤੇਦਾਰ ਵੀ ਉਹਨਾਂ ਨੂੰ ਸਮਝਾਉਂਦੇ ਸਨ ਕਿ ਇਸ ਕੁੜੀ ਨੂੰ ਤੁਸੀਂ ਪਾਲਿਆ ਤਾਂ ਹੈ ਮੁੰਡਾ ਬਣਾ ਕੇ ਤੇ ਸਮਝ ਕੇ, ਹੁਣ ਇਹ ਨਾ ਹੋਏ ਕਿ ਇਹਦੇ ਅੰਦਰ ਮੁੰਡਿਆਂ

ਵਾਂਗ ਆਜ਼ਾਦ ਰਹਿਣ ਦੀਆਂ ਆਦਤਾਂ ਬਣੀਆਂ ਰਹਿ ਜਾਣ। ਹੁਣ ਇਹਨੂੰ ਤੁਸੀਂ ਵੱਧ ਤੋਂ ਵੱਧ ਉਨ੍ਹਾਂ ਕੰਮਾਂ ਵਿਚ ਪਾਉ, ਜਿਹੜੇ ਸਿਰਫ਼ ਕੁੜੀਆਂ ਦੇ ਕਰਨ ਵਾਲੇ ਹਨ। ਪਿਤਾ ਜੀ ਇਨ੍ਹਾਂ ਸਲਾਹਾਂ ਤੋਂ ਬਹੁਤ ਪ੍ਰਭਾਵਿਤ ਹੁੰਦੇ। ਉਦੋਂ ਬਚਪਨ ਦਾ ਉਹ ਨਾਂ, ਪਹਿਰਾਵਾ, ਸੰਬੋਧਨ ਸਭ ਪਿਤਾ ਜੀ ਨੇ ਹੀ ਉਹਨੂੰ ਦਿੱਤੇ ਸਨ, ਬੜੇ ਚਾਅ ਨਾਲ। ਵੱਡੀ ਭੈਣ ਤੋਂ ਬਾਅਦ ਸ਼ਾਇਦ ਉਹ ਬੜੀ ਸ਼ਿੱਦਤ ਨਾਲ ਘਰ ਵਿਚ ਕਿਸੇ ਮੁੰਡੇ ਨੂੰ ਖੇਡਦਾ ਵੇਖਣਾ ਚਾਹੁੰਦੇ ਸਨ। ਪਿੱਛੋਂ ਦੀਪੂ ਦੇ ਪੈਦਾ ਹੋਣ ਤਕ ਉਹਦਾ ਉਹ ਰੂਪ ਉਹਨਾਂ ਵਾਸਤੇ ਏਨਾ ਪਰਿਚਿਤ ਹੋ ਚੁੱਕਾ ਸੀ ਕਿ ਉਹਨਾਂ ਨੇ ਇਕਦਮ ਉਹ ਵਾਪਿਸ ਨਹੀਂ ਸੀ ਮੰਗਿਆ। ਸਗੋਂ ਦਾਦੀ ਜੀ ਦੇ ਕਦੀ ਕਦੀ ਉਠਦੇ ਇਤਰਾਜ਼ ਨੂੰ ਉਹ ਹੱਸ ਕੇ ਟਾਲ ਦਿਆ ਕਰਦੇ ਸਨ। ਉਦੋਂ ਤਾਂ ਜਿਵੇਂ ਸਭ ਨੂੰ ਸਚਮੁੱਚ ਭੁੱਲਿਆ ਰਿਹਾ ਸੀ ਕਿ ਉਹਦਾ ਅਸਲੀ ਨਾਂ ਕੀ ਹੈ। ਦਾਦੀ ਜੀ ਨੂੰ ਵੀ ਸ਼ਾਇਦ ਉਹਦੇ ਪਹਿਰਾਵੇ ਉਤੇ ਹੀ ਇਤਰਾਜ਼ ਹੋਇਆ ਕਰਦਾ ਸੀ। ਉਹਦਾ ਨਾਂ ਤਾਂ ਉਹ ਵੀ ਬੜੇ ਲਾਡ ਨਾਲ ਬੁਲਾਇਆ ਕਰਦੇ ਸਨ। ਹੁਣ ਵੀ ਕਦੀ ਕਦੀ ਮਹਿਜ਼ ਆਦਤ ਅਨੁਸਾਰ ਉਹ ਉਹਨੂੰ ਉਸੇ ਨਾਂ ਨਾਲ ਬੁਲਾ ਜਾਂਦੇ ਹਨ, ਜਦ ਕਿ ਉਸ ਨਾਂ ਨਾਲ ਜੁੜੀਆਂ ਹੋਈਆਂ ਸਭ ਰਿਆਇਤਾਂ ਉਹਨਾਂ ਨੇ ਵਾਪਸ ਲੈ ਲਈਆਂ ਹਨ।

ਫਿਰ ਉਹਨੇ ਆਪੇ ਹੀ ਉਹ ਕੰਮ ਕਰਵਾਉਣੇ ਸ਼ੁਰੂ ਕਰ ਦਿੱਤੇ, ਜਿਨ੍ਹਾਂ ਵਿਚ ਚੇਤੀ ਦੇ ਮਾਹਰ ਹੋਣ ਦੀ ਜਦੋਂ ਚਾਚੀ ਜੀ ਜਾਂ ਦਾਦੀ ਜੀ ਆ ਕੇ ਚਰਚਾ ਕਰਦੇ ਤਾਂ ਮਾਂ ਉਹਦੇ ਵੱਲ ਉਲਾਂਭੇ ਨਾਲ ਵੇਖਿਆ ਕਰਦੀ ਸੀ।

ਪਰ ਕੀ ਇਹੋ ਸਭ ਕੁਝ ਉਹਦੀ ਸਮਰਥਾ ਦੀ ਆਖ਼ਰੀ ਮੰਜ਼ਿਲ ਸੀ। ਇਹ ਸਭ ਕੁਝ ਤਾਂ ਉਹ ਇਸ ਵਾਸਤੇ ਕਰਦੀ ਸੀ ਕਿ ਕਿਧਰੇ ਇਹ ਨਾ ਸਮਝ ਲਿਆ ਜਾਏ ਕਿ ਇਸ ਸਭ ਕੁਝ ਤੋਂ ਬਚਣ ਵਾਸਤੇ ਹੀ ਉਹ ਆਪਣੇ ਪੁਰਾਣੇ ਨਾਂ ਨਾਲ ਜੁੜੀਆਂ ਹੋਈਆਂ ਰਿਆਇਤਾਂ ਮੰਗਣੀਆਂ ਚਾਹੁੰਦੀ ਹੈ। ਇਹ ਸਭ ਕੁਝ ਤਾਂ ਉਹ ਉਨ੍ਹਾਂ ਰਿਆਇਤਾਂ ਨੂੰ ਹਾਸਿਲ ਕਰਨ ਦੇ ਮੁਆਵਜ਼ੇ ਵਿਚ ਅਦਾ ਕਰਨਾ ਚਾਹੁੰਦੀ ਸੀ ਕਿ ਉਹ ਇਹ ਸਭ ਕੁਝ ਵੀ ਕਰ ਸਕਦੀ ਹੈ, ਪਰ ਇਹੀ ਸਭ ਕੁਝ ਉਹਦੀ ਸਮਰਥਾ ਦੀ ਆਖ਼ਰੀ ਮੰਜ਼ਿਲ ਨਹੀਂ।

ਕਦੀ ਕਦੀ ਉਹ ਘਬਰਾ ਉੱਠਦੀ ਕਿ ਇਹ ਨਾ ਹੋਏ ਕਿ ਹੁੰਦਿਆਂ ਹੁੰਦਿਆਂ ਉਹ ਵੀ ਝੁੰਡ ਵਿਚੋਂ ਹੀ ਕੋਈ ਇਕ ਹੋ ਕੇ ਰਹਿ ਜਾਏ। ਤਦ ਆਪਣੇ ਆਪ ਨਾਲ ਉਹ ਪੱਕਿਆਂ ਕਰਦੀ ਕਿ ਬਾਹਰੋਂ ਉਹ ਭਾਵੇਂ ਕੁਝ ਵੀ

ਦਿਸਣ ਲੱਗ ਜਾਏ, ਅੰਦਰੋਂ ਉਹਨੇ ਆਪਣੇ ਉਸੇ ਰੂਪ ਨੂੰ ਜਿੰਦਾ ਰੱਖਣਾ ਹੈ। ਜਦ ਤਕ ਉਹ ਰੂਪ ਜਿੰਦਾ ਸੀ, ਉਹ ਮੋਮ ਦੀ ਗੁੱਡੀ ਬਣ ਕੇ ਦੂਸਰਿਆਂ ਦੇ ਬਣਾਏ ਸੱਚੇ ਵਿਚ ਨਹੀਂ ਸੀ ਢਲ ਸਕਦੀ।

ਮਿੱਧ ਮਿੱਧ ਕੇ, ਮਧੋਲ ਮਧੋਲ ਕੇ ਰੀੜ੍ਹ ਦੀ ਹੱਡੀ ਤੋਂ ਬਿਨਾਂ ਉਹਨੂੰ ਰੀਂਗਣ ਵਾਲਾ ਕੀੜਾ ਬਣਾ ਦੇਣ ਦੀਆਂ ਉਹਨਾਂ ਦੀਆਂ ਕੋਸ਼ਿਸ਼ਾਂ ਜਾਰੀ ਸਨ। ਇਕ ਐਸਾ ਕੀੜਾ, ਜੋ ਸਿਰਫ਼ ਉਹਨਾਂ ਦੇ ਰਹਿਮ ਉਤੇ ਪਲ ਰਿਹਾ ਹੋਵੇ। ਉਹਦੇ ਉਹ ਸਾਰੇ ਕੰਮ, ਉਹ ਸਾਰੀਆਂ ਸੋਚਾਂ, ਉਹ ਸਾਰੇ ਫ਼ੈਸਲੇ, ਜੋ ਉਹਨੂੰ ਔਰਤ ਹੋਣ ਨਾਲ ਨਹੀਂ ਜੋੜਦੇ ਸਨ, ਉਹਨਾਂ ਦੀਆਂ ਨਜ਼ਰਾਂ ਵਿਚ ਬੇਕਾਰ ਸਨ। ਪ੍ਰਸੰਸਾ ਦੀ ਥਾਂ ਗ਼ੁੱਸੇ ਤੇ ਨਫ਼ਰਤ ਦਾ ਕਾਰਨ ਬਣਦੇ ਸਨ।

ਪਰ ਉਹਦੇ ਉਸ ਅੰਦਰਲੇ ਨੂੰ ਚਲੇ ਜਾਣ ਵਾਸਤੇ ਸਿਰਫ਼ ਉਹੀ ਤਾਂ ਨਹੀਂ ਸਨ ਕਹਿ ਰਹੇ। ਉਹਨੂੰ ਉਥੋਂ ਉੱਠ ਜਾਣ ਵਾਸਤੇ ਹਰਿਆਲੀ ਰੁੱਤ ਵੀ ਤਾਂ ਮਜਬੂਰ ਕਰ ਰਹੀ ਸੀ। ਉਹਦਾ ਆਪਣਾ ਫ਼ੈਸਲਾ ਤਾਂ ਸੀ ਕਿ ਜ਼ਿੰਦਗੀ ਵਿਚ ਸਥਾਈ ਤੌਰ ਉਤੇ ਉਹ ਕਿਸੇ ਉਸੇ ਨੂੰ ਦਾਖ਼ਿਲ ਹੋਣ ਦੇਵੇ ਗੀ, ਜਿਹੜਾ ਉਹਦੇ ਉਸ ਅੰਦਰਲੇ ਦਾ ਵੀ ਦੋਸਤ ਬਣ ਕੇ ਆਵੇਗਾ। ਪਰ ਹਰਿਆਲੀ ਰੁੱਤ ਨੂੰ ਤਾਂ ਅੰਦਰਲੇ ਨਾਲ ਕੋਈ ਸਰੋਕਾਰ ਨਹੀਂ ਸੀ। ਉਹ ਤਾਂ ਕਿਸੇ ਦੇ ਵੀ ਆ ਜਾਣ ਵਾਸਤੇ ਬੇਕਰਾਰ ਹੋ ਰਹੀ ਸੀ। ਕਿਸੇ ਦੇ ਆਉਣ ਵਿਚ ਜੇ ਅੰਦਰ ਵਾਲਾ ਰੁਕਾਵਟ ਬਣਦਾ ਸੀ ਤਾਂ ਉਹ ਅੰਦਰ ਵਾਲੇ ਦੇ ਉੱਠ ਜਾਣ ਵਾਸਤੇ ਹੀ ਕਾਹਲੀ ਪੈ ਰਹੀ ਸੀ। ਹਰਿਆਲੀ ਰੁੱਤ ਨੂੰ ਸ਼ਿਕਸਤ ਦੇਣ ਲਈ ਉਹ ਆਪਣੇ ਖਿੜਕੀਆਂ ਦਰਵਾਜ਼ੇ ਘੁੱਟ ਘੁੱਟ ਕੇ ਬੰਦ ਰੱਖਦੀ। ਮੂੰਹ-ਜ਼ੋਰ ਹਵਾਵਾਂ ਉਹਦੀਆਂ ਖਿੜਕੀਆਂ ਨਾਲ ਖਹਿ ਖਹਿ ਜਾਂਦੀਆਂ। ਕਦੀ ਕਦੀ ਉਹ ਕਿਸੇ ਭਿੱਤ ਰਾਹੀਂ ਹਰਿਆਵਲ ਨੂੰ ਲਹਿਲਹਾਉਂਦਿਆ ਵੇਖਦੀ ਵੀ, ਪਰ ਫਿਰ ਘਬਰਾਅ ਕੇ ਭਿੱਤ ਦਾ ਮੂੰਹ ਬੰਦ ਕਰ ਦਿੰਦੀ।

ਕਦੀ ਉਹ ਸੋਚਦੀ, ਜੇ ਉਹ ਆ ਗਿਆ ਤਾਂ ਉਹ ਉਹਨੂੰ ਕਿਵੇਂ ਪਛਾਣੇ ਗੀ ਜਾਂ ਉਹ ਇਹਨੂੰ ਕਿਵੇਂ ਪਛਾਣੇਗਾ। ਫਿਰ ਸੋਚਦੀ, ਉਹ ਤਾਂ ਬਸ ਆਪਣੇ ਅੰਦਰ ਵੱਲ ਨੂੰ ਉਤਰਦੀਆਂ ਪੌੜੀਆਂ ਵੱਲ ਇਸ਼ਾਰਾ ਕਰ ਦੇਵੇਗੀ। ਕੋਈ ਇਕ ਸ਼ਬਦ, ਨਜ਼ਮ ਦੀ ਕੋਈ ਇਕ ਸਤਰ, ਆਪਣੀ ਪਸੰਦ ਦੀ ਕੋਈ ਇਕ ਕਿਤਾਬ ਤੇ ਜਾਂ ਫਿਰ ਇਤਿਹਾਸ ਦੇ ਸਫ਼ਿਆਂ ਵਿਚੋਂ ਕੋਈ ਇਕ ਕਿਰਦਾਰ ਤੇ ਬਸ, ਜੇ ਕਿਸੇ ਵਿਚ ਜਿਗਿਆਸਾ ਹੋਏਗੀ ਤਾਂ ਉਹਦੇ ਅੰਦਰਲੀ ਰੂਪੋਸ਼ ਸਲਤਨਤ ਦਾ ਦਰਵਾਜ਼ਾ ਲੰਘ ਆਏਗਾ, ਨਹੀਂ ਤਾਂ ਉਸ

ਦਰਵਾਜ਼ੇ ਨੂੰ ਸਿਰਫ਼ ਇਕ ਟੋਇਆ ਸਮਝ ਕੇ, ਉਹਨੂੰ ਉਹ ਟੋਇਆ ਪੂਰ ਦੇਣ ਦੀ ਹਿਦਾਇਤ ਕਰੇਗਾ। ਮਸਲਨ ਉਹ ਕਹੇਗੀ, 'ਮੈਂ ਗੌਤਮ ਹਾਂ।' ਇਹ ਸੁਣ ਕੇ ਜਾਂ ਤੇ ਉਹ ਇਹਦੇ ਵਿਸ਼ਾਲ ਅਰਥਾਂ ਨੂੰ ਸਮਝ ਜਾਏਗਾ ਤੇ ਜਾਂ ਫਿਰ ਹੱਸ ਪਏਗਾ, ਜਿਵੇਂ ਮਾਸਟਰ ਜੀ ਤੋਂ ਬਿਨਾਂ ਸਾਰੀ ਕਲਾਸ ਹੱਸ ਪਈ ਸੀ।

ਤੇ ਫਿਰ ਕਾਲਜ ਤੋਂ ਪਿੱਛੋਂ ਨੌਕਰੀ ਦੀ ਤਲਾਸ਼ ਕਰਦਿਆਂ ਜਦੋਂ ਜਾਪਣ ਲੱਗ ਗਿਆ ਸੀ, ਜਿਵੇਂ ਨੌਕਰੀ ਲੱਭਣ ਤੋਂ ਬਿਨਾਂ ਜ਼ਿੰਦਗੀ ਦਾ ਹੋਰ ਕੋਈ ਮਕਸਦ ਹੀ ਨਹੀਂ ਰਹਿ ਗਿਆ। ਉਦੋਂ ਕਈ ਵਾਰੀ ਇਹ ਖ਼ਾਹਿਸ਼ ਵੀ ਉੱਠਿਆ ਕਰਦੀ ਸੀ ਕਿ ਬਸ ਹੁਣ ਤਾਂ ਕੋਈ ਵੀ ਆ ਜਾਏ ਤੇ ਇਹਨਾਂ ਥੱਕੇ ਹਾਰੇ, ਛਾਲੇ ਛਾਲੇ ਪੈਰਾਂ ਨੂੰ ਤਪਦੀ ਹੋਈ ਪਥਰੀਲੀ ਜ਼ਮੀਨ ਦੀ ਲੂਹ ਲੂਹ ਸੁੱਟਦੀ ਤਪਸ਼ ਤੋਂ ਬਚਾ ਲਏ।

ਤਦੇ ਅਚਾਨਕ ਉਹਦੀ ਖਿੜਕੀ ਉਤੇ ਬੜੇ ਜ਼ੋਰ ਨਾਲ ਦਸਤਕ ਹੋਈ ਸੀ। ਉਦੋਂ ਪਤਾ ਨਹੀਂ ਉਹ ਕਿਸੇ ਆਉਣ ਵਾਲੇ ਦੀ ਉਡੀਕ ਤੋਂ ਬੇਆਸ ਹੋ ਚੁੱਕੀ ਹੋਈ ਸੀ ਕਿ ਖਿੜਕੀਆਂ ਦਰਵਾਜ਼ੇ ਘੁੱਟ ਘੁੱਟ ਕੇ ਬੰਦ ਰੱਖਣ ਦੀ ਮਜਬੂਰੀ ਤੋਂ ਪਰੇਸ਼ਾਨ, ਛਾਲੇ ਛਾਲੇ ਪੈਰਾਂ ਦੀ ਪੀੜ ਤੋਂ ਬੇਚੈਨ ਸੀ ਕਿ ਖਿੜਕੀ ਉਤੇ ਹੋ ਰਹੀ ਲਗਾਤਾਰ ਦਸਤਕ ਤੋਂ ਬੇਕਰਾਰ। ਜੋ ਵੀ ਸੀ, ਉਹਦੇ ਕੋਲੋਂ ਖਿੜਕੀ ਦੀ ਕੁੰਡੀ ਆਪਣੇ ਆਪ ਹੀ ਖੁੱਲ੍ਹ ਗਈ ਸੀ.....ਖਿੜਕੀ ਖੁੱਲ੍ਹਦਿਆਂ ਹੀ ਪੱਕ ਰਹੀ ਫ਼ਸਲ ਦੀ ਖ਼ੁਸ਼ਬੋਅ ਉਹਦੀ ਸਲਤਨਤ ਵਿਚ ਲੰਘ ਆਈ ਸੀ.....ਉਹ ਹਰਿਆਲੀ ਖ਼ੁਸ਼ਬੋਅ.....।

ਆਪਣੀ ਸਲਤਨਤ ਉਹਨੇ ਉਸ ਖ਼ੁਸ਼ਬੋਅ ਦੇ ਹਵਾਲੇ ਕਰ ਹੀ ਦਿੱਤੀ ਹੁੰਦੀ, ਪਰ ਉਸ ਖ਼ੁਸ਼ਬੋਅ ਦਾ ਇੰਝ ਲੰਘ ਆਉਣਾ ਉਹਨੂੰ ਆਪਣੀ ਸਲਤਨਤ ਦੀ ਹਾਰ ਹੀ ਨਹੀਂ, ਉਹਦੀ ਤੌਹੀਨ ਵੀ ਜਾਪਦੀ ਸੀ। ਹਰਿਆਲੀ ਰੁੱਤ ਦੀ ਉਹ ਬਾਗ਼ੀ ਖ਼ੁਸ਼ਬੋਅ ਜਿੱਤ ਜਾਂਦੀ ਤਾਂ ਉਸ ਰੂਪੋਸ਼ ਸਲਤਨਤ ਦੇ ਹੁਕਮਰਾਨ ਨੇ ਹਮੇਸ਼ਾ ਹਮੇਸ਼ਾ ਵਾਸਤੇ ਆਪਣੀ ਹੀ ਸਲਤਨਤ ਤੋਂ ਜਲਾਵਤਨ ਹੋ ਜਾਣਾ ਸੀ।

ਉਸੇ ਦੀ ਹੁਕਮਰਾਨੀ ਕਾਇਮ ਰੱਖਣ ਵਾਸਤੇ ਹੀ ਤਾਂ ਉਹ ਹਰਿਆਲੀ ਖ਼ੁਸ਼ਬੋਅ ਨੂੰ ਛੇਤੀ ਹੀ ਅਲਵਿਦਾ ਕਹਿ ਕੇ ਉਹਦੇ ਕੋਲੋਂ ਦੂਰ ਚਲੀ ਗਈ ਸੀ।

ਆਪਣੇ ਸ਼ਹਿਰ ਪਹੁੰਚ ਕੇ ਸਟੇਸ਼ਨ ਉਤੇ ਉਤਰਦਿਆਂ ਉਹਨੇ ਸੋਚਿਆ, ਕਿਉਂ ਨਾ ਇਥੋਂ ਸਿੱਧਾ ਸ੍ਰੀਦੇਵ ਵੱਲ ਜਾਇਆ ਜਾਏ। ਉਹਨੂੰ ਮਿਲ ਕੇ ਪਿਛਲੀ ਆਖ਼ੀ ਅਲਵਿਦਾਈ ਦੀ ਮਾਫ਼ੀ ਮੰਗ ਲਏ। ਆਖ਼ਰ ਇਕ ਦਿਨ ਤਾਂ ਉਹਨੂੰ ਉਹ ਰੋਲ ਨਿਭਾਉਣਾ ਹੀ ਪੈਣਾ ਹੈ, ਜੋ ਸੂਤਰਧਾਰ ਨੇ ਉਹਦੇ ਵਾਸਤੇ ਨਿਰਧਾਰਿਤ ਕੀਤਾ ਹੋਇਆ ਹੈ।

ਇਹ ਨਾ ਹੋਏ ਕਿ ਹੁੰਦਿਆਂ ਹੁੰਦਿਆਂ ਉਹਨੂੰ ਆਪ ਹੀ ਆਪਣੇ ਉਸ ਰੂਪੋਸ਼ ਹੁਕਮਰਾਨ ਦੇ ਬੇਕਿਰਕ ਹੁਕਮਨਾਮਿਆਂ ਤੋਂ ਚਿੜ ਹੋ ਜਾਏ ਤੇ ਤਦ ਸ੍ਰੀਦੇਵ ਨੂੰ ਹਮੇਸ਼ਾ ਲਈ ਗਵਾ ਦੇਣ ਵਾਸਤੇ ਪਛਤਾਉਣਾ ਪਏ।

ਆਖ਼ਿਰ ਜਦ ਤਕ ਮਰਦਾਂ ਅਤੇ ਔਰਤਾਂ ਵਾਸਤੇ ਵੱਖ-ਵੱਖ ਡੱਬਿਆਂ ਦੀ ਲੋੜ ਬਾਕੀ ਹੈ, ਉਹਨੂੰ ਵੀ ਉਸੇ ਡੱਬੇ ਵਿਚ ਸਫ਼ਰ ਕਰਨਾ ਪੈਣਾ ਹੈ, ਜੋ ਸਿਰਫ਼ ਔਰਤਾਂ ਵਾਸਤੇ ਮੁਕਰਰ ਕੀਤਾ ਗਿਆ ਹੈ।

ਪਰ ਨਹੀਂ, ਜ਼ਿੰਦਗੀ ਵਿਚ ਕਿਸੇ ਸ੍ਰੀਦੇਵ ਦੀ ਗ਼ੈਰ-ਮੌਜੂਦਗੀ ਵਿਚ ਉਹ ਕਲਪਨਾ ਵਿਚ ਤਾਂ ਆਪਣਾ ਸਬੂਤਾ ਰੂਪ ਚਿਤਵ ਸਕਦੀ ਹੈ। ਉਹ ਇਹ ਤਾਂ ਸੋਚ ਸਕਦੀ ਹੈ ਕਿ ਉਹਦਾ ਇਹ ਨਾਰੀ ਰੂਪ ਸਿਰਫ਼ ਇਕ ਬਾਹਰਲਾ ਭੇਖ ਹੈ ਜਾਂ ਫਿਰ ਉਹਦੀ ਪੂਰੀ ਸ਼ਖ਼ਸੀਅਤ ਦਾ ਇਕ ਹਿੱਸਾ, ਅੰਦਰੋਂ ਤਾਂ ਉਹ ਇਕ ਸਾਬਤ ਸਬੂਤਾ ਇਨਸਾਨ ਹੈ। ਪਰ ਸ੍ਰੀਦੇਵ ਦੀ ਮੌਜੂਦਗੀ ਵਿਚ ਤਾਂ ਉਹ ਇਕ ਅਰਥ ਆਕਾਰ ਰਹਿ ਗਈ ਸੀ। ਜਿਹੜਾ ਸ੍ਰੀਦੇਵ ਦੀ ਹੋਂਦ ਬਿਨਾਂ ਪੂਰਾ ਹੀ ਨਹੀਂ ਸੀ ਹੁੰਦਾ। ਉਸ ਅਰਥ ਆਕਾਰ ਦੀਆਂ ਸਾਰੀਆਂ ਅਲਾਮਤਾਂ ਵੀ ਤਾਂ ਉਹਦੇ ਵਿਚ ਜਾਗ ਉੱਠੀਆਂ ਸਨ, ਜੋ ਸਿਰਫ਼ ਅਰਥ ਆਕਾਰਾਂ ਨਾਲ ਹੀ ਜੁੜੀਆਂ ਹੋਈਆਂ ਹਨ।

ਨਹੀਂ, ਉਹ ਫਿਰ ਉਸ ਅੱਗ ਨੂੰ ਨਿਉਤਾ ਦੇਣ ਨਹੀਂ ਜਾਏਗੀ, ਜਿਸ ਵਿਚ ਉਹ ਧੁਖ਼ਦੀ ਰਹੀ ਹੈ, ਸੜਦੀ ਰਹੀ ਹੈ। ਉਂਝ ਵੀ ਨਾ ਤਾਂ ਹੁਣ ਉਹ ਦਿਨ ਸਨ ਕਿ ਤੁਸੀਂ ਕਿਸੇ ਨਾਲ ਲੜੇ ਹੋਏ ਹੋਵੋ, ਬੋਲਚਾਲ ਵੀ ਬੰਦ ਹੋਵੇ, ਪਰ ਅਚਾਨਕ ਉਹ ਕਿਸੇ ਦਿਨ ਤੁਹਾਡੇ ਵਾਸਤੇ ਪਾਣੀ ਵਿਚੋਂ ਰਿੰਗ ਕੱਢ ਲਿਆਵੇ ਤੇ ਤੁਹਾਡੀ ਸੁਲ੍ਹਾ ਹੋ ਜਾਵੇ। ਤੇ ਨਾ ਹੀ ਸ੍ਰੀਦੇਵ ਨਾਲ ਰਿਸ਼ਤਾ ਕੁਝ ਇਸ ਤਰ੍ਹਾਂ ਦਾ ਸੀ ਕਿ ਉਹਨੇ ਤੁਹਾਡੇ ਆਪਣੇ ਬਾਰੇ ਲਾਏ ਅੰਦਾਜ਼ਿਆਂ ਉਤੇ ਵਿਅੰਗ ਕੱਸਿਆ ਹੋਵੇ ਤੇ ਤੁਸੀਂ ਇਹ ਸੋਚ ਕੇ ਦੋਸਤੀ ਕਰ ਲਓ ਕਿ ਵਿਚਾਰੇ ਆਪਣੇ ਥਾਂ ਹਨ ਤੇ ਦੋਸਤੀ ਆਪਣੀ ਥਾਂ। ਇਹ ਰਿਸ਼ਤਾ ਤਾਂ ਆਪਣੇ

ਨਾਲ ਬਹੁਤ ਸਾਰੀਆਂ ਸ਼ਰਤਾ ਰੱਖਦਾ ਸੀ। ਇਕ ਸ਼ਰਤ ਇਹ ਵੀ ਸੀ ਕਿ, ਕਿਉਂਕਿ ਸ੍ਰੀਦੇਵ ਨਰ ਹੋਣ ਕਰਕੇ ਤੁਹਾਡੀ ਮਾਦਾ ਨਸਲ ਨਾਲੋਂ ਬਿਹਤਰ ਨਸਲ ਦਾ ਹੈ, ਇਸ ਕਰਕੇ ਤੁਹਾਨੂੰ ਵਿਚਾਰਾਂ ਵਿਚ ਭਿੰਨਤਾ ਹੋਣ ਦੀ ਸੂਰਤ ਵਿਚ ਉਹਦੇ ਵਾਲੇ ਵਿਚਾਰਾਂ ਨੂੰ ਬਿਹਤਰ ਸਮਝਦੇ ਹੋਏ ਹਮੇਸ਼ਾ ਹਾਰ ਮੰਨ ਲੈਣੀ ਚਾਹੀਦੀ ਹੈ।

ਨਹੀਂ.....ਨਹੀਂ, ਉਹਨੂੰ ਇਹ ਸ਼ਰਤਾਂ ਹਰਗਿਜ਼ ਨਹੀਂ ਮਨਜ਼ੂਰ.....।

ਚਾਰ

ਸੱਚ ਦਾ ਚਿਹਰਾ ਏਡਾ ਬਦਸੂਰਤ ਤੇ ਖਰੀਂਢਿਆ ਹੋਇਆ ਕਿਉਂ ਸੀ ਕਿ ਉਹਨੂੰ ਸੱਚ ਮੰਨਣ ਤੋਂ ਹੀ ਇਨਕਾਰ ਕਰਨ ਨੂੰ ਮਨ ਚਾਹੇ।

ਪਹਿਲੀ ਵਾਰੀ ਸੱਚ ਨੂੰ ਹੁਣ ਬਹੁਤਾ ਚਿਰ ਝੁਠਲਾਈ ਨਾ ਰੱਖ ਸਕਣ ਦਾ ਅਹਿਸਾਸ ਉਸ ਦਿਨ ਹੋਇਆ ਸੀ, ਜਦੋਂ ਦਾਦੀ ਜੀ ਕੋਲੋਂ ਤਾਰਾ ਦੇ ਵਿਕਣ ਦਾ ਕਿੱਸਾ ਸੁਣਦਿਆਂ ਆਪਣੇ ਆਪ ਹੀ ਆਪਣੇ ਨਿਸਬਤ ਉਹਨੇ ਤਾਰਾ ਨਾਲ ਜੋੜ ਲਈ ਸੀ। ਤਾਰਾ ਨਾਲ ਹੀ ਨਹੀਂ, ਉਸ ਸਾਰੀ ਮਖ਼ਲੂਕ ਨਾਲ, ਜਿਸ ਵਿਚ ਤਾਰਾ ਵੀ ਸ਼ਾਮਿਲ ਸੀ।

ਤਾਰਾ ਨੂੰ ਉਨ੍ਹਾਂ ਨੇ ਵੇਚ ਦਿੱਤਾ ਸੀ, ਉਹ ਕੰਧਾਂ ਨਾਲ ਟੱਕਰਾਂ ਮਾਰ ਮਾਰ ਕੇ ਰੋਈ ਸੀ। ਉਸ ਟਾਂਗੇ ਵਿਚੋਂ ਛਾਲ ਮਾਰ ਕੇ ਦੌੜ ਵੀ ਆਈ ਸੀ, ਜਿਹੜਾ ਉਹਨੂੰ ਕਿਸੇ ਅਣਚਾਹੀ ਥਾਂ ਵੱਲ ਲਈ ਜਾ ਰਿਹਾ ਸੀ, ਪਰ ਬਖ਼ਸ਼ੀ ਤਾਂ ਉਹ ਫਿਰ ਵੀ ਨਹੀਂ ਸੀ ਗਈ। 'ਅਗਲੇ' ਜ਼ੋਰੀ ਫੜ੍ਹ ਕੇ ਆਖ਼ਿਰ ਉਹਨੂੰ ਲੈ ਹੀ ਗਏ ਸਨ। ਉਹਨੂੰ ਵੀ ਤਾਂ ਜ਼ੋਰੀਂ ਟਾਂਗੇ ਵਿਚ ਬਿਠਾ ਕੇ ਕਿਸੇ ਉਸ ਅਣਜਾਣੀ, ਅਣਚਾਹੀ ਥਾਂ ਵੱਲ ਤੋਰਿਆ ਜਾ ਰਿਹਾ ਹੈ, ਜਿਧਰ ਜਾਣ ਬਾਰੇ ਉਹਨੇ ਕਦੀ ਸੋਚਿਆ ਹੀ ਨਹੀਂ।

ਤੇ ਹੁਣ ਜਦ ਤੋਂ ਆਪਣੀ ਨਿਸਬਤ ਉਹਨੇ ਇਸ ਮਖ਼ਲੂਕ ਨਾਲ ਜੋੜਨੀ ਸ਼ੁਰੂ ਕੀਤੀ ਸੀ, ਇਸ ਮਖ਼ਲੂਕ ਵਾਸਤੇ ਨਫ਼ਰਤ ਅਤੇ ਘਿਣ, ਤਰਸ ਅਤੇ ਹਮਦਰਦੀ ਵਿਚ ਵਟਦੇ ਜਾਪਣ ਲੱਗੇ ਸਨ। ਪਿਲਪਿਲੀ ਹੋ ਜਾਣ ਵਿਚ ਉਸ ਮਖ਼ਲੂਕ ਦਾ ਆਪਣਾ ਕੀ ਦੋਸ਼? ਕੁਦਰਤ ਦਾ ਨਿਯਮ ਏ ਕਿ ਜਿਸ ਚੀਜ਼ ਦੀ ਵਰਤੋਂ ਕਰਨੀ ਬੰਦ ਕਰ ਦਿੱਤੀ ਜਾਏ, ਹੌਲੀ ਹੌਲੀ ਉਹ ਚੀਜ਼ ਜੰਗਾਲ਼ ਲੱਗ ਕੇ ਮਰ ਮੁੱਕ ਜਾਂਦੀ ਏ, ਬੇਕਾਰ ਹੋ ਜਾਂਦੀ ਏ। ਰੋਟੀ ਟੁੱਕ ਦਾ ਆਹਰ ਕਰਨ ਤੋਂ ਅਤੇ ਜਿਸਮ ਦੀਆਂ ਖ਼ਾਹਿਸ਼ਾਂ ਲਈ ਵਰਤੇ ਜਾਣ ਤੋਂ ਬਿਨਾਂ ਔਰਤ ਦੀਆਂ ਸਾਰੀਆਂ ਸ਼ਕਤੀਆਂ ਬੇਕਾਰ ਕਰ ਦਿੱਤੀਆਂ ਗਈਆਂ ਸਨ। ਬਲ ਵਾਲਿਆਂ ਦੀ ਤਰਤੀਬ ਕੀਤੀ ਇਸ ਦੁਨੀਆ ਵਿਚ ਜੇ ਅਜੇ ਤਕ ਵੀ ਉਹਨੂੰ ਗੀੜ੍ਹ ਦਾ ਇਸਤੇਮਾਲ ਕਰਨ ਉਤੇ ਗ਼ੁੱਸੇ ਨਾਲ ਘੂਰਿਆ

ਜਾਂਦਾ ਹੈ ਤਾਂ ਪਿਲਪਿਲੇ ਰਹਿ ਜਾਣ ਦੀ ਹੋਣੀ ਨੂੰ ਉਹ ਕਦ ਤਕ ਟਾਲੇ।

ਕਈ ਵਾਰ ਉਹ ਮਨ ਬਣਾ ਲੈਂਦੀ ਕਿ ਠੀਕ ਏ, ਉਹ ਵੀ ਸਿਰਫ਼ ਇਕ ਔਰਤ ਹੋ ਕੇ ਰਹਿ ਜਾਏਗੀ। ਉਸ ਵੇਲੇ ਉਹਦਾ ਮਨ ਜਿਵੇਂ ਉੱਚੀ ਆਵਾਜ਼ ਵਿਚ ਚੀਖ਼ ਕੇ ਐਲਾਨ ਕਰ ਦੇਣ ਨੂੰ ਕਰਦਾ, 'ਲਉ, ਕੱਢ ਲਉ ਮੇਰੀ ਗੀੜ੍ਹ ਦੀ ਹੱਡੀ, ਕਰ ਦਿਉ ਮੈਨੂੰ ਅਪਾਹਜ, ਕਰ ਲਉ ਆਪਣੇ ਹੁਕਮਨਾਮੇ ਮੇਰੇ ਉਤੇ ਵੀ ਲਾਗੂ ਅਤੇ ਕਰ ਦਿਉ ਮੈਨੂੰ ਮੇਰੇ ਵਿਚੋਂ ਮਨਫ਼ੀ.....'

ਪਰ ਅੰਦਰ ਖੜ੍ਹਾ ਉਦੋਂ ਵੀ ਕੋਈ ਇਹ ਕਹਿੰਦਾ ਹੀ ਰਹਿੰਦਾ ਕਿ ਜੇ ਹਾਰ ਵੀ ਮੰਨਣੀ ਹੈ ਤਾਂ ਕਿਸੇ ਪੁਰ-ਵਕਾਰ ਤਰੀਕੇ ਨਾਲ ਮੰਨਣੀ ਹੈ, ਦੂਰ ਭਵਿੱਖ ਵਿਚ ਕਿਸੇ ਜਿੱਤ ਨੂੰ ਯਕੀਨੀ ਬਣਾ ਕੇ, ਸਿਰ ਨੂੰ ਕੱਪ ਦੇਣ ਵਾਸਤੇ ਤਣੀ ਹੋਈ ਤਲਵਾਰ ਦੇ ਸਾਹਮਣੇ ਚੁੱਪਚਾਪ ਸਿਰਫ਼ ਗਰਦਨ ਹੀ ਨਹੀਂ ਝੁਕਾ ਦੇਣੀ। ਪਰ ਹਾਰ ਮੰਨਣ ਦਾ ਪੁਰ-ਵਕਾਰ ਤਰੀਕਾ ਕੀ ਹੋ ਸਕਦਾ ਹੈ, ਕੁਝ ਸਮਝ ਨਾ ਲੱਗਦੀ।

••••

ਇਕ ਦਿਨ ਉਹਨੇ ਰਜ਼ੀਆ ਨੂੰ ਵੇਖਿਆ। ਮੰਚ ਸੰਚਾਲਕ ਨੇ ਰਜ਼ੀਆ ਦਾ ਨਾਂ ਬੋਲਿਆ ਤਾਂ ਉਹਨੇ ਵੇਖਿਆ ਸਫ਼ੈਦ ਲਿਬਾਸ ਵਾਲੀ ਇਕ ਔਰਤ ਮੰਚ ਉਤੇ ਖੜ੍ਹੀ ਹੈ। ਸਫ਼ੈਦ ਸਾੜ੍ਹੀ, ਪੂਰੀਆਂ ਬਾਹਵਾਂ ਵਾਲਾ ਸਫ਼ੈਦ ਹੀ ਬਲਾਊਜ਼, ਸਾੜ੍ਹੀ ਦਾ ਪੱਲਾ ਮੋਢਿਆਂ ਉਤੋਂ ਵਲਾ ਕੇ, ਉਹਦੇ ਵਿਚ ਆਪਣੇ ਆਪ ਨੂੰ ਜਿਵੇਂ ਲਪੇਟਿਆ ਹੋਇਆ ਹੋਵੇ, ਲੁਕਾਇਆ ਹੋਇਆ ਹੋਵੇ।

ਪਹਿਲੋਂ ਮੰਚ ਸੰਚਾਲਕ ਦੇ ਉਹਦਾ ਨਾਂ ਬੋਲਣ ਉਤੇ ਤੇ ਫਿਰ ਉਹਦੇ ਸਟੇਜ ਉਤੇ ਖੜ੍ਹੀ ਹੋਣ ਉਤੇ, ਦੋਵੇਂ ਵਾਰੀ ਹਾਲ ਤਾੜੀਆਂ ਦੀ ਗੜਗੜਾਹਟ ਨਾਲ ਗੂੰਜ ਉਠਿਆ ਸੀ। ਏਨੀਆਂ ਤਾੜੀਆਂ! ਏਨੀਆਂ ਤਾੜੀਆਂ ਤਾਂ ਹੋਰ ਕਿਸੇ ਵਾਸਤੇ ਵੀ ਨਹੀਂ ਸਨ ਗੂੰਜੀਆਂ।

ਕਦੀ ਰਜ਼ੀਆ ਦੇ ਜ਼ਿਕਰ ਤਕ ਨੂੰ ਵੀ ਉਹ ਜਿਵੇਂ ਸੰਗਸਾਰ ਕਰਿਆ ਕਰਦੇ ਸਨ ਤੇ ਹੁਣ ਹਾਲਤ ਇਹ ਹੈ ਕਿ ਉਹਦੀ ਆਵਾਜ਼ ਨਾਲ ਹੀ ਨਹੀਂ, ਉਹਦੇ ਜ਼ਿਕਰ ਨਾਲ ਵੀ ਹਾਲ ਤਾੜੀਆਂ ਦੀ ਗੜਗੜਾਹਟ ਨਾਲ ਗੂੰਜ ਉਠਿਆ ਕਰਦੇ ਹਨ।

ਰਜ਼ੀਆ ਨੂੰ ਜ਼ਰੂਰ ਕੋਈ ਐਸਾ ਭੇਤ ਪਤਾ ਹੈ, ਜੋ ਉਹਨੂੰ ਅਜੇ ਪਤਾ ਨਹੀਂ। ਉਹਨੇ ਸੋਚਿਆ, ਰਜ਼ੀਆ ਕੋਲੋਂ ਜ਼ਰੂਰ ਉਹ ਭੇਤ ਪਤਾ ਕਰਨਾ

ਚਾਹੀਦਾ ਹੈ। ਉਹ ਭੇਤ ਪਤਾ ਕੀਤੇ ਬਿਨਾਂ ਤਾਂ ਮੈਂ ਥਿੜਕੀ ਹੋਈ ਹਾਂ, ਡੋਲੀ ਹੋਈ ਹਾਂ, ਉਹਨੇ ਆਪਣੇ ਆਪ ਨੂੰ ਦੱਸਿਆ।

ਰਜ਼ੀਆ ਬੋਲ ਰਹੀ ਸੀ। ਲੋਕ ਸਿਰਫ਼ ਉਹਦੀ ਆਵਾਜ਼ ਸੁਣ ਰਹੇ ਸਨ। ਮੰਚ ਉਤੇ ਕੌਣ ਖੜ੍ਹਾ ਹੈ, ਕਿਸ ਲਿਬਾਸ ਵਿਚ ਹੈ, ਇਹਦਾ ਜਿਵੇਂ ਕਿਸੇ ਨੂੰ ਧਿਆਨ ਹੀ ਨਾ ਹੋਵੇ। ਆਵਾਜ਼ ਔਰਤ ਦੀ ਹੈ ਕਿ ਮਰਦਾਵੀਂ, ਇਹ ਵੀ ਜਿਵੇਂ ਕਿਸੇ ਨੂੰ ਪਰਵਾਹ ਨਾ ਹੋਵੇ, ਲੋਕ ਤਾਂ ਸਿਰਫ਼ ਅਰਥਾਂ ਨੂੰ ਸੁਣ ਰਹੇ ਸਨ।

ਉਸ ਸਮਾਰੋਹ ਵਿਚ ਉਹ ਵੀ ਸਿਰਫ਼ ਰਜ਼ੀਆ ਨੂੰ ਸੁਨਣ ਗਈ ਸੀ। ਕਈ ਔਖੀਆਂ ਮਾਨਸਿਕ ਘੜੀਆਂ ਉਹਨੇ ਇਸ ਨਾਂ ਬਾਰੇ ਸੋਚ ਕੇ ਬਿਤਾਈਆਂ ਹਨ। ਪਿਛਲੇ ਕੁਝ ਸਮੇਂ ਤੋਂ ਉਹ ਜਦੋਂ ਡੋਲੀ ਹੈ, ਥਿੜਕੀ ਹੈ, ਡਗਮਗਾਈ ਹੈ ਤਾਂ ਇਹ ਨਾਂ ਜਿਵੇਂ ਸਥਿਰ ਖੜ੍ਹੇ ਰਹਿਣ ਦੀ ਪ੍ਰੇਰਨਾ ਬਣਿਆ ਹੈ।

ਜਿਹੜੀਆਂ ਔਖੀਆਂ ਮਾਨਸਿਕ ਘੜੀਆਂ ਵਿਚੋਂ ਉਹ ਲੰਘ ਰਹੀ ਹੈ, ਰਜ਼ੀਆ ਉਥੋਂ ਬਹੁਤ ਪਹਿਲਾਂ ਲੰਘ ਚੁੱਕੀ ਹੈ। ਤੇ ਜਿਥੇ ਜਾ ਕੇ ਉਹ ਕਦੀ ਖਲੋਣਾ ਚਾਹੁੰਦੀ ਹੈ, ਉਥੇ ਰਜ਼ੀਆ ਹੁਣ ਖਲੋਤੀ ਹੋਈ ਹੈ। ਇਕ ਐਸੀ ਥਾਂ, ਜਿਥੇ ਲੋਕੀਂ ਆਵਾਜ਼ ਦੇ ਫ਼ਰਕ ਨੂੰ ਨਹੀਂ ਪਰਖਦੇ, ਸਿਰਫ਼ ਅਰਥਾਂ ਨੂੰ ਸੁਣਦੇ ਹਨ।

ਰਜ਼ੀਆ ਦਾ ਪੱਲਾ ਹਵਾ ਵਿਚ ਲਹਿਰਾਇਆ ਸੀ.....ਜਿਵੇਂ ਕਿਸੇ ਦੂਧੀਆ ਫ਼ਰਿਸ਼ਤੇ ਨੇ ਖੰਭ ਫੜਫੜਾਏ ਹੋਣ। ਹਾਂ ਇਹੀ ਹੈ, ਇਹੀ ਹੈ ਉਹ, ਜਿਹਦੇ ਕੋਲੋਂ ਉਹਨੇ ਆਪਣੇ ਸਵਾਲਾਂ ਦੇ ਜਵਾਬ ਪੁੱਛਣੇ ਹਨ। ਹੁਣ ਨਹੀਂ, ਪਰ ਕਦੀ ਨਾ ਕਦੀ ਉਹਨੇ ਰਜ਼ੀਆ ਦੇ ਰੂਬਰੂ ਜ਼ਰੂਰ ਹੋਣਾ ਹੈ, ਉਹਨੇ ਸੋਚਿਆ ਸੀ।

••••

ਬੀਰ ਉਹਦੇ ਸਾਹਮਣੇ ਬੈਠਾ ਹੋਇਆ ਸੀ। ਛਾਂਗਿਆ ਹੋਇਆ ਰੁੱਖ, ਲੂਸਿਆ ਹੋਇਆ ਰੇਸ਼ਮ, ਝੁਲਸਿਆ ਹੋਇਆ ਬਸੰਤ, ਰੋਹ ਅਤੇ ਨਫ਼ਰਤ ਦੀਆਂ ਲਕੀਰਾਂ ਉਹਦੇ ਚਿਹਰੇ ਉਤੇ ਜਿਵੇਂ ਖੁਣੀਆਂ ਗਈਆਂ ਹੋਣ। ਸਿਰਫ਼ ਅੱਖਾਂ ਹਨ, ਜੋ ਬਹੁਤ ਜਿੰਦਾ ਹਨ। ਗਵਾਹੀ ਦਿੰਦੀਆਂ ਕਿ ਉਹ ਬਹੁਤ ਖ਼ੂਬਸੂਰਤ ਨਜ਼ਮਾਂ ਕਦੀ ਇਸੇ ਸ਼ਾਇਰ ਨੇ ਲਿਖੀਆਂ ਹੋਣਗੀਆਂ। ਇਹ ਸ਼ਖ਼ਸ ਤਾਂ ਉਹਦੀ ਆਪਣੀ ਸਮਰਥਾ ਦਾ ਪੈਮਾਨਾ ਸੀ। ਉਹ ਅਕਸਰ ਸੋਚਿਆ

ਕਰਦੀ ਸੀ ਕਿ ਉਹ ਜੇ ਇਸ ਮਾਦਾ ਜੂਨ ਵਿਚ ਨਾ ਹੁੰਦੀ ਤਾਂ ਉਹਨੇ ਬੀਰ ਹੀ ਹੋਣਾ ਸੀ। ਹੁਣ ਸੋਚ ਰਹੀ ਹੈ, ਉਹ ਜੇ ਬੀਰ ਵੀ ਹੁੰਦੀ ਤਾਂ ਕੀ ਉਹਨੇ ਵੀ ਆਖ਼ਿਰ ਇਕ ਦਿਨ ਇੰਝ ਹੀ ਬੇਕਾਰ ਕੋਸ਼ਿਸ਼ਾਂ ਦੀ ਤਸਵੀਰ ਬਣੇ ਬੈਠੇ ਹੋਣਾ ਸੀ? ਉਸਦਾ ਤਾਂ ਖ਼ੈਰ ਨਾਂ ਹੀ ਅਬਲਾ ਹੈ। ਪਰ ਇਸ ਬਲ ਵਾਲੇ ਦੀ ਸਮਰਥਾ ਨੂੰ ਵੀ ਛਲ ਵਾਲਿਆਂ ਨੇ ਬੰਨ੍ਹਿਆ ਹੋਇਆ ਹੈ।

ਥੋੜ੍ਹੇ ਚਿਰ ਬਾਅਦ ਸਾਰੇ ਚੁੱਪ ਕਰ ਜਾਂਦੇ ਹਨ। ਉਸ ਵੇਲੇ ਬਹੁਤ ਬੋਲਣ ਵਾਲਾ ਦੀਪੂ ਵੀ ਗੱਲਬਾਤ ਨੂੰ ਚਾਲੂ ਰੱਖਣ ਤੋਂ ਅਸਮਰਥ ਹੋ ਜਾਂਦਾ ਜਾਪਦਾ ਹੈ। ਦੀਸ਼ ਦੀ ਹੋਂਦ ਪਲ ਪਲ ਉਥੇ ਹੀ ਕਿਧਰੇ ਮਹਿਸੂਸ ਹੋ ਰਹੀ ਹੈ। ਡਾਢਿਆਂ ਨਾਲ ਮੱਥਾ ਲਾਉਣ ਤੋਂ ਪਹਿਲਾਂ ਬੀਰ ਅਤੇ ਦੀਸ਼ ਨੇ ਇਕੱਠਿਆਂ ਜ਼ਿੰਦਗੀ ਗੁਜ਼ਾਰਨ ਲਈ ਇਕ ਘਰ ਬਣਾਇਆ ਸੀ। ਫਿਰ ਦੋਵੇਂ ਹੀ ਡਾਢਿਆਂ ਨਾਲ ਮੱਥਾ ਲਾਉਣ ਲਈ ਉਸ ਘਰ ਵਿਚੋਂ ਨਿਕਲ ਤੁਰੇ ਸਨ। ਬੀਰ ਇਥੇ ਬੈਠਾ ਹੈ, ਖੰਡਰ ਜਿਹਾ ਅਤੇ ਦੀਸ਼ ਨੇ ਮਾਨਸਿਕ ਰੋਗੀਆਂ ਦੇ ਹਸਪਤਾਲ ਤੋਂ ਵਾਪਿਸ ਆ ਕੇ ਖ਼ੁਦਕੁਸ਼ੀ ਕਰ ਲਈ ਸੀ। ਬੀਰ ਬਹੁਤ ਹੱਸ ਰਿਹਾ ਹੈ। ਛੋਟੀ ਛੋਟੀ ਗੱਲ ਤੋਂ ਵੀ ਬਹੁਤ ਉੱਚੀ ਹੱਸ ਪੈਂਦਾ ਹੈ। ਉਸ ਤਸ਼ੱਦਦ ਦਾ ਜ਼ਿਕਰ ਵੀ ਉਹ ਹੱਸ ਹੱਸ ਕੇ ਕਰ ਰਿਹਾ ਹੈ, ਜਿਹੜਾ ਉਹਦੇ ਤਨ ਨੇ ਬਰਦਾਸ਼ਤ ਕੀਤਾ। ਉਹ ਆਪਣੇ ਹੱਥ ਵਿਖਾਉਂਦਾ ਹੈ ਤੇ ਦੱਸਦਾ ਹੈ ਕਿ ਇਨ੍ਹਾਂ ਤਲੀਆਂ ਦਾ ਮਾਸ ਪਾਟ ਗਿਆ ਸੀ। ਨਰਮੀ ਨਾਲ ਉਹ ਉਹਦੇ ਹੱਥਾਂ ਨੂੰ ਛੂੰਹਦੀ ਹੈ। ਹੁਣ ਬੀਰ ਹੱਸ ਨਹੀਂ ਰਿਹਾ, ਉਦਾਸੀ ਉਹਦੀਆਂ ਅੱਖਾਂ ਦੇ ਹੇਠਾਂ ਕਾਲੇ ਘੇਰੇ ਬਣ ਕੇ ਘਿਰ ਆਈ ਹੈ। ਤਦੇ ਅਚਾਨਕ ਜਿਵੇਂ ਹੜਬੜਾ ਉੱਠਿਆ ਹੋਵੇ। ਉਹ ਉਹਦਾ ਹੱਥ ਘੁੱਟ ਕੇ ਫੜ ਲੈਂਦਾ ਹੈ, 'ਤੂੰ ਤਾਂ ਅਜੇ ਤਕ ਸਾਡੇ ਨਾਲ ਹੈਂ ਨਾ?'

ਉਹ ਚੁੱਪ ਰਹਿੰਦੀ ਹੈ। ਉਹ ਤਾਂ ਕਦੀ ਵੀ ਉਨ੍ਹਾਂ ਦੇ ਨਾਲ ਨਹੀਂ ਚੱਲੀ, ਫਿਰ ਬੀਰ ਨੂੰ ਉਹਦੇ ਨਾਲ ਹੋਣ ਦਾ ਭੁਲੇਖਾ ਕਿਵੇਂ ਪਿਆ। ਬੀਰ ਸਮਝ ਗਿਆ ਹੈ ਸ਼ਾਇਦ।

'ਨਾਲ ਹੋਣ ਦਾ ਮਤਲਬ ਜ਼ਿਹਨੀ ਤੌਰ ਉਤੇ ਨਾਲ ਹੋਣ ਤੋਂ ਵੀ ਲਿਆ ਜਾ ਸਕਦਾ ਏ, ਫਿਰ ਤੂੰ ਤਾਂ ਦੀਪ ਦੀ ਸ਼ਕਲ ਵਿਚ ਵੀ ਸਾਡੇ ਨਾਲ ਏਂ।'

'ਮੈਂ ਤਾਂ ਤੁਹਾਡੇ ਨਾਲ ਰਹਿਣਾ ਹੀ ਹੈ, ਕਿਉਂਕਿ ਤੁਹਾਡੇ ਨਾਲ ਹੋਣਾ ਮੇਰੀ ਆਪਣੀ ਵੀ ਲੋੜ ਹੈ, ਇਹਦੇ ਵਿਚ ਹੀ ਮੇਰੀ ਵੀ ਤਾਂ ਮੁਕਤੀ ਹੈ।'

ਬੀਰ ਉਹਦਾ ਹੱਥ ਛੱਡ ਦਿੰਦਾ ਹੈ। ਉਹਨੂੰ ਇੰਝ ਲੱਗਦਾ ਹੈ, ਜਿਵੇਂ ਬੀਰ ਦੀਆਂ ਅੱਖਾਂ ਹੇਠਲੇ ਕਾਲੇ ਘੇਰਿਆਂ ਦਾ ਰੰਗ ਹਲਕਾ ਹੋ ਰਿਹਾ ਹੋਵੇ।

'ਤੁਸੀਂ ਆਖ਼ਿਰ ਉਸ ਦੁਨੀਆ ਲਈ ਹੀ ਤਾਂ ਜੂਝ ਰਹੇ ਹੋ, ਜਿਥੇ ਕਿਸੇ ਦੀ ਵੀ ਸਮਰਥਾ ਨੂੰ ਜ਼ੰਗ ਨਾ ਲੱਗੇ। ਇਸੇ ਲਈ ਕਿਸੇ ਨਾ ਕਿਸੇ ਸ਼ਕਲ ਵਿਚ ਤੁਹਾਡੇ ਨਾਲ ਰਹਿਣਾ ਮੇਰੀ ਲੋੜ ਹੈ।'

ਬੀਰ ਆਪਣੀਆਂ ਮੁੱਠਾਂ ਘੁੱਟ ਕੇ ਬੰਦ ਕਰਦਾ ਹੈ, ਜਿਵੇਂ ਉਨ੍ਹਾਂ ਪਾਟੀਆਂ ਤਲੀਆਂ ਵਾਲੇ ਹੱਥਾਂ ਵਿਚ ਮੁੜ ਤੋਂ ਤ੍ਰਾਣ ਭਰ ਰਿਹਾ ਹੋਵੇ, ਉਨ੍ਹਾਂ ਸਭ ਦੇ ਖ਼ਿਲਾਫ਼, ਜਿਹੜੇ ਸਮਰਥਾ ਵਾਲਿਆਂ ਦੀ ਸਮਰਥਾ ਨੂੰ ਬੰਨ੍ਹਦੇ ਹਨ, ਜ਼ੰਗਾਲ ਲਾਉਂਦੇ ਹਨ।

ਹੁਣ ਉਹ ਦੀਪ ਅਤੇ ਬੀਰ ਦੇ ਸਾਹਮਣੇ ਬੈਠੀ ਹੋਈ ਹੈ। ਹੁਣੇ ਹੁਣੇ ਉਹਨੇ ਆਪਣੇ ਔਰਤ ਹੋਣ ਨੂੰ ਤਸਲੀਮ ਕੀਤਾ ਹੈ, ਪਰ ਇਸ ਵੇਲੇ ਉਹ ਆਪਣੇ ਔਰਤ ਹੋਣ ਉਤੇ ਸ਼ਰਮਸ਼ਾਰ ਕਿਉਂ ਨਹੀਂ?

••••

ਰਜ਼ੀਆ ਦੇ ਰੂਬਰੂ ਹੋਣ ਨੂੰ ਉਹ ਅੱਗਿਓਂ ਅੱਗੇ ਪਾਉਂਦੀ ਰਹੀ ਸੀ, ਪਰ ਬੀਰ ਨਾਲ ਮੁਲਾਕਾਤ ਤੋਂ ਪਿੱਛੋਂ ਉਹ ਬਹੁਤੇ ਦਿਨ ਰਜ਼ੀਆ ਦੇ ਰੂਬਰੂ ਹੋਣ ਨੂੰ ਅੱਗੇ ਨਾ ਪਾ ਸਕੀ।

ਉਹਦੀ ਗੱਲ ਸੁਣ ਕੇ ਰਜ਼ੀਆ ਮੁਸਕਰਾਈ ਹੈ, 'ਆਖ਼ਿਰ ਤੂੰ ਇਹ ਅਹਿਸਾਸ ਕਿਉਂ ਪਾਲੀ ਰੱਖਿਆ ਕਿ ਤੇਰੀ ਔਰਤ ਅਸਲੀ ਨਹੀਂ। ਤੇਰੇ ਅੰਦਰ ਜੋ ਇਕ ਫ਼ਰਜ਼ੀ ਮਰਦ ਹੈ, ਉਹੀ ਅਸਲੀ ਹੈ, ਉਹੀ ਸੱਚ ਹੈ ਤੇ ਤੈਨੂੰ ਜ਼ਿੰਦਗੀ ਦੇ ਸਿਰਫ਼ ਉਹੀ ਫ਼ੈਸਲੇ ਮਨਜ਼ੂਰ ਹੋਣੇ ਚਾਹੀਦੇ ਹਨ, ਜੋ ਉਹ ਮਰਦ ਦਿਵਾਏ।'

ਰਜ਼ੀਆ ਪੁੱਛ ਰਹੀ ਹੈ। ਰਜ਼ੀਆ ਨੇ ਫਿਰ ਸਫ਼ੈਦ ਸਾੜੀ ਪਹਿਨੀ ਹੋਈ ਹੈ, ਸਫ਼ੈਦ ਬਲਾਊਜ਼ ਅਤੇ ਸਫ਼ੈਦ ਹੀ ਸ਼ਾਲ ਲਪੇਟੀ ਹੋਈ ਹੈ। ਇਕ ਦੂਧੀਆ ਆਕਾਰ ਫਿਰ ਖੰਭ ਫੜਫੜਾਉਣ ਲੱਗਦਾ ਹੈ।

'ਇਸ ਲਈ, ਕਿਉਂਕਿ ਮੇਰਾ ਔਰਤ ਰੂਪ ਮੈਨੂੰ ਹੀਣ-ਭਾਵਨਾ ਦਿੰਦਾ ਸੀ। ਬਚਪਨ ਵਿਚ ਜਦੋਂ ਉਹ ਮੈਨੂੰ ਮੁੰਡਿਆਂ ਵਾਲੇ ਸੰਬੋਧਨ ਨਾਲ ਬੁਲਾਇਆ ਕਰਦੇ ਸਨ ਤਾਂ ਉਹ ਸੰਬੋਧਨ ਮੈਨੂੰ ਇਕ ਸੰਭਾਵਨਾਵਾਂ ਭਰੀ, ਸਮਰਥਾ ਭਰੀ

ਹਸਤੀ ਹੋਣ ਦਾ ਅਹਿਸਾਸ ਦਿੰਦਾ ਸੀ। ਇਕ ਮਜਬੂਤ ਹਸਤੀ, ਹੋਣੀਆਂ ਭਰੀ, ਸਭ ਕੁਝ ਕਰ ਸਕਣ ਦੀ ਸਮਰਥਾ ਵਾਲੀ, ਜ਼ਿੰਦਗੀ ਅਤੇ ਤਾਕਤ ਨਾਲ ਭਰਪੂਰ, ਬੇਖ਼ੌਫ਼, ਬੇਧੜਕ, ਬੰਧਨ ਰਹਿਤ। ਉਸੇ ਅਹਿਸਾਸ ਹੇਠ ਮੈਂ ਜ਼ਿੰਦਗੀ ਦੇ ਉਹ ਫ਼ੈਸਲੇ ਕਦੀ ਮਨ ਵਿਚ ਸੋਚ ਕੇ ਅਤੇ ਕਦੀ ਲਿਖ ਲਿਖ ਕੇ ਕੀਤੇ ਸਨ ਕਿ ਵੱਡਿਆਂ ਹੋ ਕੇ ਹਰ ਉਸ ਗੱਲ ਦੇ ਖ਼ਿਲਾਫ਼ ਜਹਾਦ ਕਰਨਾ ਹੈ, ਜੋ ਗ਼ਲਤ ਹੈ, ਬੇਇਨਸਾਫ਼ੀ ਵਾਲੀ ਹੈ। ਪਰ ਫਿਰ ਜਦੋਂ ਮੇਰਾ ਸੰਬੋਧਨ ਹੀ ਬਦਲ ਦਿੱਤਾ ਗਿਆ ਤਾਂ ਮੈਂ ਖ਼ੌਫ਼ਜ਼ਦਾ ਹੋ ਉੱਠੀ। ਇਹ ਨਵਾਂ ਸੰਬੋਧਨ ਮੈਨੂੰ ਇਕ ਨਿਮਾਣੀ ਜਿਹੀ ਹਸਤੀ ਬਣਾ ਦਿੰਦਾ ਸੀ। ਡਰੀ, ਦੁਬਕੀ, ਸਹਿਮੀ, ਮਜਬੂਰ, ਬੇਬਸ, ਅਬਲਾ, ਮਾਸ ਦੀ ਗੁੱਡੀ, ਜਿਹੜੀ ਸਿਰਫ਼ ਇਸ਼ਾਰਿਆਂ ਉਤੇ ਨੱਚਦੀ ਸੀ, ਹੁਕਮਨਾਮਿਆਂ ਅੱਗੇ ਸਿਰ ਨਿਵਾਉਂਦੀ ਸੀ। ਮੈਂ ਤਾਂ ਉਹੀ ਹਸਤੀ ਬਣੀ ਰਹਿਣਾ ਚਾਹੁੰਦੀ ਸਾਂ, ਜਿਹਦੇ ਕੋਲ ਰਿਆਇਤਾਂ ਸਨ, ਆਜ਼ਾਦੀਆਂ ਸਨ, ਬਿਹਤਰ ਮਖ਼ਲੂਕ ਅਖਵਾਏ ਜਾਣ ਦਾ ਅਧਿਕਾਰ ਸੀ। ਔਰਤ ਰੂਪ ਦੀਆਂ ਮਹਿਰੂਮੀਆਂ ਕੋਲੋਂ ਆਉਂਦਾ ਡਰ ਤੇ ਉਹੀ ਮਹਿਰੂਮੀਆਂ ਵਾਲੀ ਮਖ਼ਲੂਕ ਵਿਚੋਂ ਹੀ ਕੋਈ ਇਕ ਬਣ ਕੇ ਰਹਿ ਜਾਣ ਦਾ ਖ਼ੌਫ਼ ਹੌਲੀ ਹੌਲੀ ਉਸ ਸਾਰੀ ਮਖ਼ਲੂਕ ਵਾਸਤੇ ਨਫ਼ਰਤ ਵਿਚ ਵਟਦਾ ਰਿਹਾ ਸੀ। ਮੈਨੂੰ ਹਰ ਉਸ ਚੀਜ਼ ਤੋਂ ਨਫ਼ਰਤ ਹੋਣ ਲੱਗਦੀ ਸੀ, ਜਿਹੜੀ ਮੈਨੂੰ ਉਹ ਮਖ਼ਲੂਕ ਵਿਚ ਸ਼ਾਮਿਲ ਹੋਣ ਦੀ ਸੱਚਾਈ ਦਾ ਚੇਤਾ ਕਰਾਉਂਦੀ ਸੀ।'

'ਫਿਰ ਹੁਣ ਅਚਾਨਕ ਸੱਚ ਦਾ ਸਾਹਮਣਾ ਕਰਨ ਦੀ ਖ਼ਾਹਿਸ਼ ਕਿਉਂ?'

'ਅਚਾਨਕ ਤਾਂ ਨਹੀਂ, ਸੱਚ ਨੇ ਤਾਂ ਪੈਰ ਪੈਰ ਉਤੇ ਵੱਖ ਵੱਖ ਚਿਹਰਿਆਂ ਨਾਲ ਸਾਹਮਣੇ ਆਉਣ ਦੀ ਕੋਸ਼ਿਸ਼ ਕੀਤੀ।'

'ਮਸਲਨ?'

'ਪੈਰ ਪੈਰ ਉਤੇ ਬੰਦਸ਼ਾਂ, ਮਨਾਹੀਆਂ, ਗ਼ੁਲਾਮੀਆਂ ਨੇ, ਇਲਜ਼ਾਮਾਂ, ਤੁਹਮਤਾਂ, ਸੁਣਾਉਤਾਂ ਨੇ, ਨੰਗੇ ਫ਼ਿਕਰਿਆਂ ਤੇ ਲਾਲ ਲਾਲ ਡਰਾਉਣੀਆਂ ਅੱਖਾਂ ਨੇ ਚੇਤਾ ਕਰਵਾਇਆ ਸੀ ਕਿ ਮੈਂ ਵੀ ਉਨ੍ਹਾਂ ਸਭ ਵਿਚ ਹੀ ਸ਼ਾਮਿਲ ਹਾਂ, ਜਿਨ੍ਹਾਂ ਦੇ ਚੱਲਣ ਫਿਰਨ ਵਾਸਤੇ ਜ਼ਮੀਨ ਤੰਗ ਹੈ।'

'ਤੇ ਹਰਿਆਲੀ ਰੁੱਤ ਨੇ ਨਹੀਂ?'

'ਹਰਿਆਲੀ ਰੁੱਤ ਨੇ ਵੀ। ਜ਼ਿੰਦਗੀ ਦਾ ਸਭ ਤੋਂ ਪਹਿਲਾ ਹਰਿਆਲਾ

ਸੁਪਨਾ ਜਦੋਂ ਆਇਆ ਸੀ ਤਾਂ ਹੈਰਾਨ ਖੜ੍ਹੀ ਉਮਰ ਨੂੰ ਉਸ ਸੁਪਨੇ ਦੀ ਤਾਬੀਰ ਇਕ ਖ਼ੂਬਸੂਰਤ ਮਰਦ ਦੀ ਤਸਵੀਰ ਵਿਚੋਂ ਹੀ ਲੱਭੀ ਸੀ, ਜਿਸ ਮਰਦ ਬਾਰੇ ਜਾਣਦੀ ਵੀ ਨਹੀਂ ਸਾਂ ਕਿ ਕੌਣ ਹੈ। ਖ਼ੈਰ ਉਹ ਤਾਂ ਇਕ ਸੁਪਨੇ ਦੀ ਗੱਲ ਸੀ, ਪਰ ਜ਼ਿੰਦਗੀ ਦੀ ਉਹ ਪਹਿਲੀ ਮੂੰਹ-ਜ਼ੋਰ ਹਰਿਆਲੀ ਰੁੱਤ! ਉਹਨੇ ਤਾਂ ਬਦੋਬਦੀ ਮੈਨੂੰ ਉਨ੍ਹਾਂ ਸਾਰੀਆਂ ਦੀ ਕਤਾਰ ਵਿਚ ਖੜ੍ਹਾ ਕਰ ਹੀ ਦਿੱਤਾ ਸੀ, ਜਿਹੜੀਆਂ ਵਾਲਾਂ ਨੂੰ ਨਵੇਂ ਨਵੇਂ ਤਰੀਕਿਆਂ ਨਾਲ ਸਜਾ ਕੇ ਅਤੇ ਸੱਜ ਸੰਵਰ ਕੇ ਕਿਸੇ ਸ੍ਰੀਦੇਵ ਨੂੰ ਰਿਝਾਉਂਦੀਆਂ ਹਨ, ਇਸ ਲਈ ਕਿ ਉਹਦੇ ਰਾਹੀਂ ਰੈਡੀਮੇਡ ਖ਼ੁਸ਼ੀਆਂ ਵੀ ਹਾਸਿਲ ਕਰ ਲੈਣ.... ਉਹ ਸਾਰੀਆਂ.... ਸ਼ੀਰੀਨੀ.... ਜੋਤੀ.... ਅਰਚਨਾ।'

'ਪਰ ਤੈਨੂੰ ਪਤਾ ਏ ਉਹ ਰੈਡੀਮੇਡ ਖ਼ੁਸ਼ੀਆਂ ਕਿਉਂ ਹਾਸਿਲ ਕਰ ਲੈਣੀਆਂ ਚਾਹੁੰਦੀਆਂ ਨੇ? ਇਸ ਲਈ ਕਿ ਉਨ੍ਹਾਂ ਨੂੰ ਪਤਾ ਹੁੰਦਾ ਏ, ਖ਼ੁਸ਼ੀਆਂ ਉਨ੍ਹਾਂ ਨੂੰ ਕਿਸੇ ਨੇ ਕਮਾਉਣ ਨਹੀਂ ਦੇਣੀਆਂ।'

ਰਜ਼ੀਆ ਠੀਕ ਹੀ ਕਹਿ ਰਹੀ ਹੈ ਸ਼ਾਇਦ.... ਉਹ ਵੀ ਤਾਂ ਉਹਨੀਂ ਦਿਨੀਂ.... ਪਰ ਨਹੀਂ, ਹੁਣ ਉਹ ਉਹਨਾਂ ਬਾਰੇ ਬਹੁਤਾ ਨਹੀਂ ਸੋਚੇਗੀ।

ਫਿਰ ਰਜ਼ੀਆ ਪੁੱਛਦੀ ਹੈ,

'ਪਰ ਤੂੰ ਕਿਸ ਸਵਾਲ ਨਾਲ ਮੇਰੇ ਰੂਬਰੂ ਹੋਈ ਹੈਂ?'

'ਇਹੀ ਕਿ ਅੱਜ ਕਲ੍ਹ ਵੀ ਤਾਂ ਮੈਂ ਸਿਰਫ਼ ਔਰਤ ਹਾਂ। ਉਸ ਚੌੜੇ ਚੌੜੇ ਮਰਦਾਵੇਂ ਬੂਟਾਂ ਵਾਲੇ ਨੂੰ ਭੁਲਾ ਕੇ ਅਤੇ ਆਪਣੇ ਆਪ ਵਿਚੋਂ ਮਨਫ਼ੀ ਕਰਕੇ ਵੀ ਖ਼ੁਸ਼ ਤੇ ਸੰਤੁਸ਼ਟ.... ਆਖ਼ਿਰ ਕਿਉਂ? ਆਪਣੀ ਛੋਹ ਨਾਲ ਮੈਂ ਕਿਸੇ ਦੀਆਂ ਅੱਖਾਂ ਹੇਠਲੇ ਕਾਲੇ ਘੇਰਿਆਂ ਦਾ ਰੰਗ ਹਲਕਾ ਹੁੰਦਾ ਵੇਖਿਆ ਏ.... ਮੈਨੂੰ ਪਤਾ ਏ ਉਹ ਛੋਹ ਸਿਰਫ਼ ਇਕ ਔਰਤ ਦੀ ਛੋਹ ਸੀ, ਪਰ ਉਸ ਔਰਤ ਤੋਂ ਮੈਂ ਸ਼ਰਮਸਾਰ ਕਿਉਂ ਨਹੀਂ?'

'ਇਸ ਲਈ ਕਿ ਜਿਸ ਔਰਤ ਤੋਂ ਇਹ ਸਫ਼ਰ ਸ਼ੁਰੂ ਹੁੰਦਾ ਏ, ਉਹ ਤੈਨੂੰ ਉਸ ਮੰਜ਼ਿਲ ਵੱਲ ਲੈ ਕੇ ਜਾਂਦਾ ਏ, ਜਿਥੇ ਤੇਰਾ ਉਹ ਮਨਚਾਹਿਆ ਰੂਪ ਖੜ੍ਹਾ ਹੈ, ਇਕ ਪੂਰਨ ਮਾਦਾ ਮਨੁੱਖ। ਉਨ੍ਹਾਂ ਦੇ ਘੜੇ ਹੋਏ ਔਰਤ ਸ਼ਬਦ ਤੋਂ ਬਿਲਕੁਲ ਵੱਖਰਾ, ਜਿਸ ਦਾ ਸਫ਼ਰ ਉਸ ਗੁਫ਼ਾ ਉਤੇ ਜਾ ਕੇ ਮੁੱਕਦਾ ਹੈ, ਜਿਸ ਗੁਫ਼ਾ ਅੰਦਰ ਬੰਦ ਹੈ ਇਕ ਚਾਬੀ ਵਾਲੀ ਮਾਸ ਦੀ ਗੁੱਡੀ।

ਫਿਰ ਉਹ ਦੋਵੇਂ ਚੁੱਪ ਹੋ ਜਾਂਦੀਆਂ ਹਨ। ਤਦੇ ਅਚਾਨਕ ਰਜ਼ੀਆ

ਪੁੱਛਦੀ ਹੈ,

'ਪਰ ਇੰਝ ਰੂਬਰੂ ਹੋਣ ਵਾਸਤੇ ਤੂੰ ਮੈਨੂੰ ਹੀ ਕਿਉਂ ਚੁਣਿਆ?'

'ਇਸ ਵਾਸਤੇ ਕਿਉਂਕਿ ਤੂੰ ਵੀ ਤਾਂ ਮੇਰਾ ਮਨਚਾਹਿਆ ਮਾਦਾ ਮਨੁੱਖ ਹੈਂ ਤੇ ਮੈਂ ਤੇਰੇ ਕੋਲੋਂ ਰਸਤੇ ਦੀਆਂ ਕਠਿਨਾਈਆਂ ਪਾਰ ਕਰਕੇ ਇਸ ਮੰਜ਼ਿਲ ਤਕ ਪਹੁੰਚਣ ਦੀ ਗੱਲ ਸੁਣਨਾ ਚਾਹੁੰਦੀ ਸਾਂ।'

ਰਜ਼ੀਆ ਮੁਸਕਰਾਈ ਹੈ, 'ਬਸ ਛੋਟੀ ਜਿਹੀ ਗੱਲ ਹੈ, ਇਹੀ ਕਹਿਣਾ ਚਾਹਾਂਗੀ ਕਿ ਇਸ ਥਾਂ ਉਤੇ ਜਿਹਨੂੰ ਤੂੰ ਮੇਰੀ ਮੰਜ਼ਿਲ ਕਹਿ ਰਹੀ ਹੈਂ, ਆਪਣੇ ਕੰਮ ਦੇ ਆਸਰੇ ਹੀ ਪਹੁੰਚੀ ਹਾਂ। ਸ਼ੁਰੂ ਸ਼ੁਰੂ ਵਿਚ ਜਦੋਂ ਮੈਂ ਇਸ ਰਸਤੇ ਉਤੇ ਤੁਰੀ ਸਾਂ, ਇਕ ਵਾਰੀ ਤਾਂ ਮੈਂ ਵੀ ਆਪਣੇ ਕੰਮ ਦੀ ਕਦਰ ਹੁੰਦੀ ਨਾ ਵੇਖ ਕੇ ਡਰ ਗਈ ਸਾਂ। ਜਿਹੜੇ ਸ਼ਰੀਫ਼ ਅਖਵਾਉਣਾ ਚਾਹੁੰਦੇ ਸਨ, ਉਹ ਮੇਰਾ ਜ਼ਿਕਰ ਕਰਨ ਤੋਂ ਵੀ ਸੰਗਿਆ ਕਰਦੇ ਸਨ। ਮੇਰਾ ਜ਼ਿਕਰ ਨਹੀਂ ਸੀ ਹੋ ਸਕਦਾ, ਇਸ ਕਰਕੇ ਮੇਰੇ ਕੰਮ ਦਾ ਜ਼ਿਕਰ ਵੀ ਨਹੀਂ ਸੀ ਹੁੰਦਾ ਤੇ ਉਹ ਜਿਨ੍ਹਾਂ ਨੂੰ ਸ਼ਰੀਫ਼ ਅਖਵਾਉਣ ਦੀ ਪਰਵਾਹ ਨਹੀਂ ਸੀ, ਉਹ ਮੇਰਾ ਜ਼ਿਕਰ ਸਿਰਫ਼ ਆਪਣੇ ਮਨੋਰੰਜਨ ਵਾਸਤੇ ਕਰਿਆ ਕਰਦੇ ਸਨ, ਮੇਰੇ ਕੰਮ ਦਾ ਜ਼ਿਕਰ ਵੀ ਨਹੀਂ ਸੀ ਹੁੰਦਾ। ਤੇ ਉਹ ਜਿਨ੍ਹਾਂ ਨੂੰ ਸ਼ਰੀਫ਼ ਅਖਵਾਉਣ ਦੀ ਪਰਵਾਹ ਨਹੀਂ ਸੀ, ਉਹ ਮੇਰਾ ਜ਼ਿਕਰ ਸਿਰਫ਼ ਆਪਣੇ ਮਨੋਰੰਜਨ ਵਾਸਤੇ ਕਰਿਆ ਕਰਦੇ ਸਨ, ਮੇਰੇ ਕੰਮ ਦਾ ਜ਼ਿਕਰ ਕਰਨ ਦਾ ਤਾਂ ਸਵਾਲ ਹੀ ਪੈਦਾ ਨਹੀਂ ਸੀ ਹੁੰਦਾ। ਪਰ ਮੈਂ ਹਾਰੀ ਨਹੀਂ, ਇਹ ਕੰਮ ਤਾਂ ਮੇਰੇ ਅੰਦਰ ਦੀ ਮਜਬੂਰੀ ਸੀ, ਆਪਣੇ ਵਿਸ਼ਾਲ ਰੂਪ ਨੂੰ ਹਾਸਿਲ ਕਰਨ ਦਾ ਰਸਤਾ, ਕਿਸੇ ਦੇ ਕਦਰ ਕਰਨ ਜਾਂ ਨਾ ਕਰਨ ਨਾਲ ਫਿਰ ਮੈਂ ਕੋਈ ਸਰੋਕਾਰ ਹੀ ਨਾ ਰੱਖਿਆ।'

'ਪਰ ਇਲਜ਼ਾਮ ਤੇ ਤੁਹਮਤਾਂ?'

'ਇਲਜ਼ਾਮਾਂ ਤੋਂ ਮੈਂ ਕਦੀ ਨਹੀਂ ਘਬਰਾਈ। ਇਲਜ਼ਾਮਾਂ ਤੋਂ ਬੇਹਦ ਭਾਵੁਕ ਹੋ ਕੇ ਘਬਰਾ ਉੱਠਣਾ ਤਾਂ ਉਹਨਾਂ ਦੀਆਂ ਦੋਹਰੀਆਂ ਇਖ਼ਲਾਕੀ ਕਦਰਾਂ ਨੂੰ ਕਿਧਰੇ ਮਨ ਹੀ ਮਨ ਸਵੀਕਾਰ ਕਰਨਾ ਹੁੰਦਾ ਹੈ, ਜਿਹੜੀਆਂ ਕਦਰਾਂ ਮੰਗ ਕਰਦੀਆਂ ਹਨ ਕਿ ਔਰਤ ਨੂੰ ਤਾਂ ਗੰਗਾ ਜਲ ਵਾਂਗੂੰ ਪਵਿੱਤਰ ਹੋਣਾ ਚਾਹੀਦਾ ਹੈ। ਉਹਦੇ ਉਤੇ ਤਾਂ ਸੱਚੀ ਝੂਠੀ ਕਦੀ ਕੋਈ ਤੁਹਮਤ ਲੱਗਣੀ ਹੀ ਨਹੀਂ ਚਾਹੀਦੀ। ਤੁਰਨ ਵਾਲਿਆਂ ਉਤੇ ਤਾਂ ਇਲਜ਼ਾਮ ਲੱਗਣਗੇ

ਹੀ। ਉਹਨਾਂ ਦੇ ਰਸਤੇ ਉਤੇ ਨਾ ਲੱਗਣ ਤਾਂ ਉਹਨਾਂ ਦੀ ਤੋਰ ਉਤੇ ਲੱਗਣਗੇ। ਹਾਂ ਚਾਬੀ ਨਾਲ ਗਿਣੀ ਮਿਥੀ ਤੋਰੇ ਤੁਰ ਰਹੀਆਂ ਗੁੱਡੀਆਂ ਉਤੇ ਇਲਜ਼ਾਮ ਨਹੀਂ ਵੀ ਲੱਗ ਸਕਦੇ।'

'ਪਰ ਤੇਰੀ ਹੁਣ ਦੀ ਇਹ ਪਹਿਚਾਣ?'

'ਫਿਰ ਇਹੀ ਕਹਾਂਗੀ ਕਿ ਆਪਣਾ ਕੰਮ ਕਰਨ ਵੇਲੇ ਮੈਂ ਜ਼ਾਤ, ਨਸਲ, ਲਿੰਗ ਤੋਂ ਉਤੇ ਹੁੰਦੀ ਹਾਂ ਤੇ ਬਸ ਇਸੇ ਜ਼ਾਤ, ਨਸਲ ਤੇ ਲਿੰਗ ਤੋਂ ਵੀ ਉੱਤੇ ਉੱਠ ਕੇ ਕੀਤੇ ਕੰਮ ਨੇ ਮੇਰੀ ਇਹ ਹੁਣ ਦੀ ਪਹਿਚਾਣ ਬਣਾਈ ਹੈ ਕਿ ਮੇਰਾ ਜ਼ਿਕਰ ਆਉਣ ਉਤੇ ਵੀ ਹਾਲ ਤਾੜੀਆਂ ਨਾਲ ਗੂੰਜ ਉੱਠਦੇ ਹਨ।'

'ਤੇ ਇਹ ਪਹਿਰਾਵਾ?'

'ਤੈਨੂੰ ਪਤਾ ਤਾਂ ਹੈ ਕਿ ਇਹ ਸਾਡੀ ਢਾਲ ਹੈ। ਭਾਵੇਂ ਮੈਂ ਹਮੇਸ਼ਾ ਵਾਸਤੇ ਇਸ ਢਾਲ ਨੂੰ ਚੁੱਕੀ ਫਿਰਨ ਦੇ ਹੱਕ ਵਿਚ ਨਹੀਂ, ਪਰ ਜਦ ਤਕ ਸਾਡੇ ਜਿਸਮਾਂ ਵੱਲ ਵੇਖ ਕੇ ਉਨ੍ਹਾਂ ਦਾ ਪਸ਼ੂ ਸਿੰਗ ਚੁੱਕ ਖਲੋਂਦਾ ਏ, ਇਹ ਢਾਲ ਚੁੱਕੀ ਫਿਰਨਾ ਸਾਡੀ ਮਜਬੂਰੀ ਏ, ਆਪਣਾ ਕੰਮ ਨਿਰਵਿਘਨ ਕਰਦੇ ਰਹਿਣ ਵਾਸਤੇ, ਉਸ ਪਸ਼ੂ ਦੇ ਭੇੜ ਤੋਂ ਬਚਣ ਵਿਚ ਇਸ ਢਾਲ ਨੇ ਸਚਮੁੱਚ ਮੇਰੀ ਬਹੁਤ ਸਹਾਇਤਾ ਕੀਤੀ ਹੈ। ਤੇ ਉਹ ਮਰਦਾਵੇਂ ਕਪੜੇ ਪਾ ਕੇ ਮਰਦ ਦੀ ਬਰਾਬਰੀ ਕਰਨ ਦੇ ਯਤਨ ਤਾਂ ਮੈਨੂੰ ਢਕੌਂਸਲੇ ਹੀ ਜਾਪਦੇ ਨੇ। ਸਾਡੇ ਹੱਥਾਂ ਵਿਚ ਫੜਾਏ ਹੋਏ ਛਣਕਣਿਆਂ ਵਿਚੋਂ ਹੀ ਕੋਈ ਇਕ।'

ਹੁਣ ਰਜ਼ੀਆ ਚੁੱਪ ਕਰ ਗਈ ਹੈ। ਉਹਨੂੰ ਲੱਗਦਾ ਹੈ ਕਿ ਇਹਨਾਂ ਸਾਰੀਆਂ ਗੱਲਾਂ ਦਾ ਤਾਂ ਉਹਨੂੰ ਪਹਿਲਾਂ ਹੀ ਪਤਾ ਸੀ, ਫਿਰ ਉਹਨੇ ਇਹ ਸਭ ਰਜ਼ੀਆ ਦੇ ਮੂੰਹੋਂ ਕਿਉਂ ਸੁਣਨੀਆਂ ਚਾਹੀਆਂ? ਸ਼ਾਇਦ ਇਹਨਾਂ ਵਿਚੋਂ ਨਵੇਂ ਅਰਥ ਲੱਭਣ ਲਈ।

ਗੱਡੀ ਦੇ ਆ ਜਾਣ ਨਾਲ ਸਟੇਸ਼ਨ ਉਤੇ ਚਹਿਲ ਪਹਿਲ ਹੋ ਉੱਠੀ ਹੈ। ਆਪਣੇ ਹਿੱਸੇ ਦਾ ਡੱਬਾ ਵੇਖ ਕੇ ਉਹ ਉਹਦੇ ਵਿਚ ਆਖ਼ਿਰ ਚੜ੍ਹ ਬੈਠੀ ਹੈ।

ਇਸ ਸਟੇਸ਼ਨ ਤੋਂ ਆਪਣੇ ਨਾਲ ਉਹ ਸਿਰਫ਼ ਇਕ ਚਾਕ ਦਾ ਟੋਟਾ ਲੈ ਕੇ ਜਾ ਰਹੀ ਹੈ, ਜਿਹੜਾ ਕਦੀ ਉਹਨੇ ਬਲੈਕ ਬੋਰਡ ਕੋਲੋਂ ਡਿੱਗਾ ਹੋਇਆ ਚੁੱਕਿਆ ਸੀ। ਨਿਸ਼ਾਨੀ, ਉਸ ਦੂਸਰੇ ਹਰਿਆਲੇ ਸੁਪਨੇ ਦੀ, ਜਿਸ ਦੀ ਤਾਬੀਰ ਜਦੋਂ ਲੱਭੀ ਸੀ ਤਾਂ ਉਹ ਸਹਿਜ ਸੁਭਾਅ ਹੀ ਪੂਰਨ ਹੋ ਗਈ

ਸੀ—ਵਿਸ਼ਾਲ। ਜਿਵੇਂ ਆਪਣੀ ਹੀ ਹੋਂਦ ਦਾ ਦੂਸਰਾ ਹਿੱਸਾ ਲੱਭ ਪਿਆ ਹੋਵੇ। ਇਸ ਚਾਕ ਦੇ ਟੋਟੇ ਨੂੰ ਉਹਨੇ ਹਮੇਸ਼ਾ ਆਪਣੇ ਨਾਲ ਰੱਖਿਆ ਸੀ ਤੇ ਇਸੇ ਟੋਟੇ ਦੀ ਲਿਖਵਾਈ ਆਪਣੀ ਜ਼ਿੰਦਗੀ ਦੀ ਇਬਾਦਤ ਨਾਲ ਵਫ਼ਾ ਨਿਭਾਉਂਦਿਆਂ ਉਹਨੇ ਦੂਸਰੇ ਸਾਰੇ ਹੁਕਮਨਾਮਿਆਂ ਦੀ ਤਾਮੀਲ ਤੋਂ ਇਨਕਾਰ ਕਰੀ ਰੱਖਿਆ ਸੀ। ਉਸ ਵਫ਼ਾ ਦੀ ਬਦੌਲਤ ਹੀ ਹੁਣ ਉਹ ਆਪਣੀ ਜ਼ਿੰਦਗੀ ਦੀ ਦੂਸਰੀ ਹਰਿਆਲੀ ਰੁੱਤ ਨੂੰ ਮਿਲਣ ਉਸ ਸ਼ਹਿਰ ਜਾ ਰਹੀ ਸੀ, ਜਿਥੇ ਇਕ ਮਨਚਾਹਿਆ ਘਰ ਉਹਦੀ ਉਡੀਕ ਕਰ ਰਿਹਾ ਸੀ।

ਉਸ ਘਰ ਵਿਚ ਉਹ ਇਕ ਔਰਤ ਬਣ ਕੇ ਰਹੇਗੀ, ਪਰ ਉਥੇ ਉਹਦਾ ਔਰਤ ਹੋਣਾ ਇਕ ਲਾਹਨਤ ਨਹੀਂ ਹੋਏਗੀ। ਇਸ ਕਰਕੇ ਔਰਤ ਹੋਣ ਉਤੇ ਉਹ ਸ਼ਰਮਸ਼ਾਰ ਨਹੀਂ ਹੋਏਗੀ ਤੇ ਝੂਠੀ ਮੂਠੀ ਮਰਦ ਹੋਣ ਦਾ ਅਹਿਸਾਸ ਉਹਨੂੰ ਆਪਣੇ ਉਤੇ ਚਿਪਕਾਉਣਾ ਨਹੀਂ ਪਏਗਾ।

ਹਾਂ ਉਹ ਔਰਤ ਹੋਏਗੀ ਤੇ ਉਥੇ ਪ੍ਰੇਮ... ਮਮਤਾ.... ਦਇਆ.... ਕਰੁਣਾ.... ਸ਼ਬਦ ਔਰਤ ਨੂੰ ਫੁਸਲਾਉਣ ਤੇ ਵਰਚਾਉਣ ਲਈ ਨਹੀਂ ਵਰਤੇ ਜਾਂਦੇ ਹੋਣਗੇ।

ਹਾਂ ਉਹ ਔਰਤ ਹੋਏਗੀ.... ਪੂਰਨ... ਤੇ ਬੱਚੇ ਹੋਣਗੇ, ਗੋਲ ਗੁਲਾਬੀ ਗ਼ੁਬਾਰੇ ਨਹੀਂ.... ਭੂਰੇ ਤੇ ਠੋਸ।

ਹਾਂ ਉਹ ਔਰਤ ਹੋਏਗੀ, ਸਿਰਫ਼ ਔਰਤ.... ਤੇ ਨਾਲ ਹੋਏਗਾ ਬੀਰ... ਉਹਦੇ ਅੰਦਰ ਦੇ ਮਰਦ ਦਾ ਸਾਖ਼ਸ਼ਾਤ ਰੂਪ।

ਗੱਡੀ ਹੌਲੀ ਹੌਲੀ ਹਿੱਲਦੀ ਹੈ। ਉਹ ਖਿੜਕੀ ਤੋਂ ਬਾਹਰ ਵੇਖਦੀ ਹੈ। ਇਕ ਕੋਈ ਨੀਲੀ ਡੱਬੀਆਂ ਵਾਲੀ ਸ਼ਰਟ ਪਹਿਨੀ ਖੜ੍ਹਾ ਹੈ। ਚੌੜੇ ਚੌੜੇ ਮਰਦਾਵੇਂ ਬੂਟ, ਛੋਟੇ ਛੋਟੇ ਕੱਟੇ ਹੋਏ ਵਾਲ....ਉਹਦੇ ਵੱਲ ਵੇਖ ਕੇ ਮੁਸਕਰਾਉਂਦਾ ਹੈ ਤੇ ਹੱਥ ਹਿਲਾਉਂਦਾ ਹੈ।

'ਬਸ ਤੂੰ ਹੁਣ ਜਾ, ਤੂੰ ਮੇਰਾ ਸਾਥ ਤਾਂ ਖ਼ੂਬ ਨਿਭਾਇਆ ਹੈ, ਪਰ ਇਸ ਸਫ਼ਰ ਉਤੇ ਜਾਣ ਲਈ ਤੈਨੂੰ ਨਾਲ ਲੈ ਜਾਣਾ ਮੇਰੇ ਲਈ ਜ਼ਰੂਰੀ ਨਹੀਂ ਰਿਹਾ।' ਉਹਨੇ ਕਿਹਾ ਹੈ ਅਤੇ ਉਹਦੇ ਵਾਸਤੇ ਹੱਥ ਹਿਲਾ ਦਿੱਤਾ ਹੈ।

ਗੱਡੀ ਸਟੇਸ਼ਨ ਛੱਡ ਚੁੱਕੀ ਹੈ। ਡੱਬੇ ਦੇ ਅੰਦਰ ਮੂੰਹ ਕਰਕੇ ਉਹ ਬਾਹਰਲੀ ਖਿੜਕੀ ਦਾ ਸ਼ਟਰ ਸੁੱਟ ਦਿੰਦੀ ਹੈ।

●●●●●●

ਔਰਤ ਮਨਫ਼ੀ ਮਰਦ/77